하루 10분 그림으로 저절로 외워지는 **리스타트**
베트남어 단어장

예스북

하루 10분 그림으로 저절로 외워지는 리스타트 베트남어 단어장

초판 인쇄 2019년 07월 05일
발행 2019년 07월 13일

지은이   후인 티 탄란
펴낸이   양봉숙
일러스트   정미희
디자인   김선희
편 집   김은미
마케팅   이주철

펴낸곳   예스북
출판등록   제320-2005-25호 2005년 3월 21일
주 소   서울시 마포구 서강로 131 신촌아이스페이스 1107호
전 화   (02)337-3054
팩 스   0504-190-1001
E-mail   yesbooks@naver.com
홈페이지   www.e-yesbook.co.kr

ISBN 978-89-92197-95-3 13790

베트남어 리스타트 어떠세요!

바쁜 일상 속에서 시작한 외국어 공부, 뜻대로 되질 않아 난감할 때가 많으셨죠. '나를 위한 투자'인데, 하면서 골랐던 어려운 교재들 잠시 놓아 두시고 위트 넘치는 리스타트 베트남어 단어장을 펼쳐 보세요.

베트남어의 문자 Chữ Quốc Ngữ (쯔 꾸옥 응으)는 1651년 프랑스 태생의 카톨릭 신부였던 알렉산드르 드 로드(Alexandre de Rhodes)가 베트남어를 로마자로 만들었다. 처음부터 어렵게 접근하기보다는 손에 닿는 물건, 집 안팎의 풍경들, 주변 사람들, 이런 친숙한 부분부터 그림과 함께 리스타트 베트남어 단어장으로 공부해 보세요.

이 책은 일상의 상황들을 모두 35개의 테마로 나누어 누구나 쉽게 접근할 수 있도록 구성했습니다. 그림과 베트남어 단어를 한눈에 사진을 찍듯이 공부해 보세요. 처음 보는 단어라도 그림과 함께 QR코드를 통해 원어민의 발음을 들으며 공부한다면 쉽게 배울 수 있습니다. 초보자를 위해 한글 발음도 표기해 두었는데, 되도록 한글 발음은 참고만 하시고 직접 원어민의 발음을 들으며 소리 내어 연습해 보세요.

또한, 베트남어 대화 예문을 제시하고 위트 만점의 그림과 함께 공부한 단어를 대입하여 문장 패턴을 연습할 수 있도록 구성했습니다. 단어와 아울러서 문장 표현까지 연습해야 실전에 강해지는 법이니까요. 더 욕심 있는 독자라면 '관련 어휘'란까지 꼼꼼히 챙겨 보시기 바랍니다.

일석삼조, 아니 일석오조(!)는 거뜬히 넘는
리스타트 베트남어 단어장으로 힘찬 출발을 하시길!

그림과 베트남어 단어를 제시하여 그림책 읽듯이 단어를 읽어 보면서 학습할 단어를 확인한다.

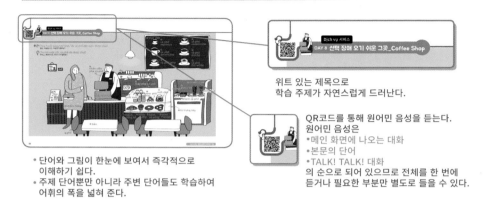

위트 있는 제목으로
학습 주제가 자연스럽게 드러난다.

QR코드를 통해 원어민 음성을 듣는다.
원어민 음성은
• 메인 화면에 나오는 대화
• 본문의 단어
• TALK! TALK! 대화
의 순으로 되어 있으므로 전체를 한 번에
듣거나 필요한 부분만 별도로 들을 수 있다.

• 단어와 그림이 한눈에 보여서 즉각적으로
  이해하기 쉽다.
• 주제 단어뿐만 아니라 주변 단어들도 학습하여
  어휘의 폭을 넓혀 준다.

그림과 단어를 일대일로 배치하여 각 단어의 의미와 발음을 익히고
숙어나 예문으로 단어의 활용을 구체적으로 배운다.

❶ nhân viên pha cà phê 바리스타
년 비엔 파 까 페
• Tôi thích cà phê được nhân viên kia pha.
  난 저 바리스타가 내려 주는 커피를 좋아한다.

• 한글로 음을 표시하여 쉽게 발음할 수 있다.
• 예문을 통해 단어 활용법을 배운다.

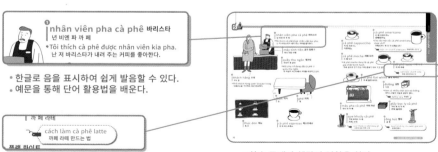

까 페 라테
cách làm cà phê latte
까페 라떼 만드는 법
프레 하이트

• 학습한 단어로 숙어를 익힌다.

• 학습 주제가 책갈피 역할을 한다.

주제와 관련된 어휘로 어휘의 폭을 넓히고 단어 팁으로 깊이 있게 배우며 대화문을 통해 단어를 사용해 본다.

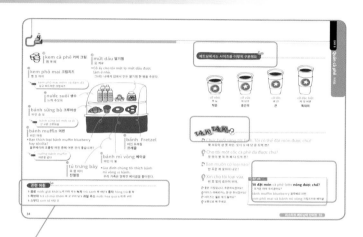

관련 어휘

주제와 관련되어 추가적으로 알아야 하는 단어들을 나열하여 주제 단어 이외에 폭넓은 어휘력을 갖출 수 있도록 한다.

단어 팁

주제와 관련하여 깊이 있는 내용이나 알고 있으면 도움이 되는 지식을 제공한다.

Talk Talk

실제 대화 예문으로 단어가 사용되는 맥락을 제시하고 한글 발음이 있어서 직접 읽어 보면서 연습할 수 있다.

Talk Talk Tip

학습한 단어나 알고 있는 단어를 문장에 대입해 보면서 연습한다.

CONTENTS

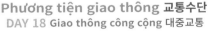

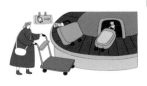

QR코드를 통해 메인 화면에 나오는
대화, 본문의 단어, TALK! TALK! 대화를 들을 수 있습니다.

원어민
음성 듣기

Có gì trong phòng ngủ?
침실에 뭐가 있어요?

Có giường, bàn học, tủ áo.
침대, 책상, 옷장이 있습니다.

❺ giấy dán tường

❶ rèm cửa

❻ bức tranh

❷ radio đồng hồ

❼ tấm ván đầu giường

⓬ đèn bàn

❽ gối

❸ đồng hồ báo thức

❹ bàn dành cho phòng ngủ

⓭ bàn phím

❾ chăn mền

❿ giường

⓫ ghế xoay

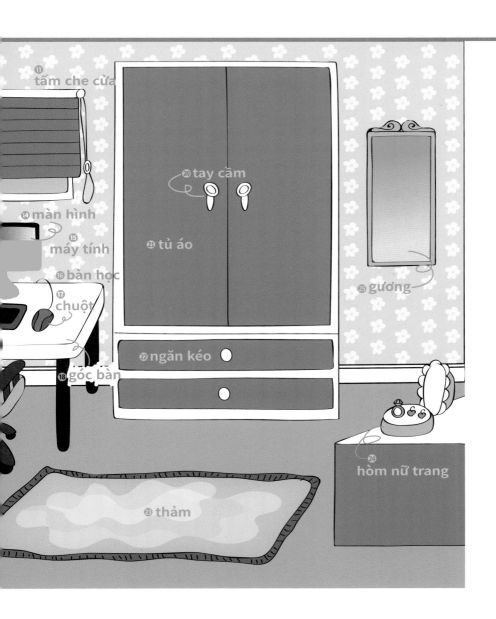

⑪ tấm che cửa

⑭ màn hình

⑮ máy tính

⑯ bàn học

⑰ chuột

⑱ góc bàn

⑳ tay cầm

㉑ tủ áo

㉒ ngăn kéo

㉕ gương

㉔ hòm nữ trang

㉓ thảm

① rèm cửa 커튼
잼 끄아
● Xin đóng rèm.
커튼을 닫아 주세요.

③ đồng hồ báo thức 자명종 시계
동 호 바오 특
đặt đồng hồ báo thức
알람을 맞추다

② radio đồng hồ 라디오 시계
자디오 동 호

⑤ giấy dán tường 벽지
저이 잔 뜨엉

⑥ bức tranh 그림
북 짜인

④ bàn dành cho phòng ngủ 침실용 탁자
반 자인 쪼 퐁 응우

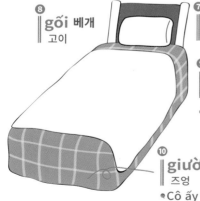

⑧ gối 베개
고이

⑦ tấm ván đầu giường 침대 헤드보드
떰 반 더우 즈엉

⑨ chăn mền 담요
짠 멘
● Tấm chăn này êm. 이 담요는 부드럽다.
chăn mền điện 전기담요

⑩ giường 침대
즈엉
● Cô ấy thích đọc sách trên giường.
그녀는 침대에서 책 읽는 것을 좋아합니다.

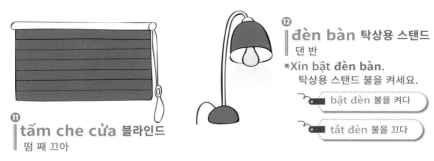

⑫ **đèn bàn** 탁상용 스탠드
댄 반

• Xin bật **đèn bàn**.
탁상용 스탠드 불을 켜세요.

> **bật đèn** 불을 켜다

> **tắt đèn** 불을 끄다

⑪ **tấm che cửa** 블라인드
떰 째 끄아

⑭ **màn hình** 모니터
만 히인

⑮ **máy tính** 컴퓨터
마이 띠인

⑬ **bàn phím** 키보드
반 핌

> **máy tính xách tay** 노트북

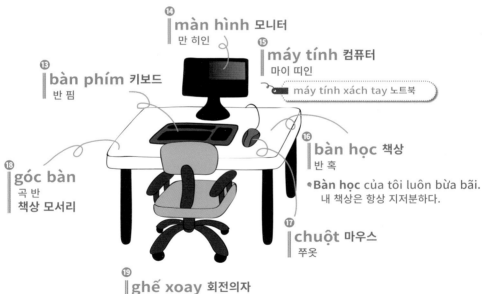

⑯ **bàn học** 책상
반 혹

• **Bàn học** của tôi luôn bừa bãi.
내 책상은 항상 지저분하다.

⑱ **góc bàn**
곡 반
책상 모서리

⑰ **chuột** 마우스
쭈옷

⑲ **ghế xoay** 회전의자
게 쏘아이

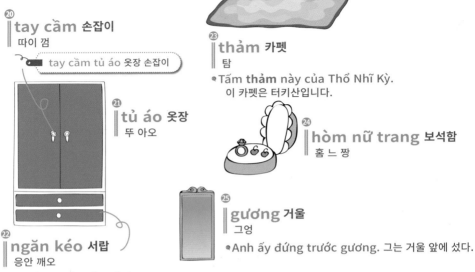

⑳ tay cầm 손잡이
따이 껌

tay cầm tủ áo 옷장 손잡이

㉓ thảm 카펫
탐

● Tấm **thảm** này của Thổ Nhĩ Kỳ.
이 카펫은 터키산입니다.

㉑ tủ áo 옷장
뚜 아오

㉔ hòm nữ trang 보석함
홈 느 짱

㉕ gương 거울
그엉

● Anh ấy đứng trước gương. 그는 거울 앞에 섰다.

㉒ ngăn kéo 서랍
응안 깨오

● Cô ấy đặt áo vào tủ áo. 그녀는 서랍에 옷을 넣었다.

관련 어휘

♪ 휴지통 thùng rác 퉁 작 ♪ 실내화 dép trong nhà 잽 쫑 냐
♪ 연기 탐지기 máy báo khói 마이 바오 코이 ♪ 텔레비전 ti vi 띠 비
♪ 흔들의자 ghế bập bênh 게 법 베인 ♪ 안락의자 ghế bành 게 바인
♪ 화장대 bàn trang điểm 반 짱 디엠

집을 구성하는 단어들

♪ 침실 phòng ngủ 퐁 응우 ♪ 욕실 phòng tắm 퐁 땀
♪ 부엌 phòng bếp 퐁 벱 ♪ 식당 phòng ăn 퐁 안
♪ 거실 phòng khách 퐁 카익 ♪ 세탁실 phòng giặt 퐁 잣
♪ 지하실 phòng tầng hầm 퐁 떵 험 ♪ 다락방 gác lửng 각 릉
♪ 발코니 ban công 반 꽁 ♪ 차고 nhà xe 냐 쌔
♪ 우편함 hộp thư 홉 트

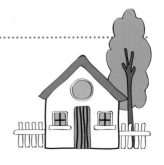

침대에서 사용하는 침구 종류

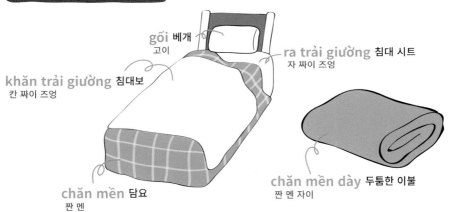

gối 베개
고이

ra trải giường 침대 시트
자 짜이 즈엉

khăn trải giường 침대보
칸 짜이 즈엉

chăn mền 담요
짠 멘

chăn mền dày 두툼한 이불
짠 멘 자이

TALK! TALK!

👦 Có gì trong phòng ngủ?
꼬 지 쫑 퐁 응우?

👩 Có giường, bàn học, tủ áo.
꼬 즈엉, 반 혹, 뚜아오.

👦 Cũng có máy tính không?
꿍 꼬 마이 띠인 콩?

👩 Tất nhiên rồi.
떳 니엔 조이.

👦 침실에 뭐가 있어요?
👩 침대, 책상, 옷장이 있습니다.
👦 컴퓨터도 있어요?
👩 물론이죠.

> **TalkTalk Tip**
>
> **Có ti vi trong phòng không?**
> 방에 텔레비전이 있어요?
> **ghế bành** 안락의자
> **đồng hồ báo thức** 자명종 시계
> **Vâng, có. / Không, không có.**
> 네, 있어요. / 아니요, 없어요.

😩😵 Mệt quá. Chắc phải tắm.
너무 피곤해. 샤워해야겠어.

🍓 Tôi sẽ đổ nước ấm vào bồn tắm.
내가 따뜻한 물 욕조에 받아 줄게.

❶ gương
❷ bàn chải đánh răng
❸ lon đựng bàn chải
❹ giá treo khăn
❺ khăn
❻ xà phòng
❼ giá đỡ xà phòng
❽ van nước
❾ bồn rửa mặt
❿ máy sấy tóc
⓫ ổ cắm điện
⓬ cuộn giấy
⓭ bàn chải bồn cầu
⓮ giá đỡ bàn chải bồn cầu
⓯ nắp bồn cầu
⓰ thùng rác
⓱ bồn cầu

⑲ thanh treo rèm phòng tắm

㉑ quạt thông gió

⑱ vòi sen

⑳ mắt xích rèm phòng tắm

㉒ xốp cao su

㉓ bồn tắm

㉔ rèm phòng tắm

❶ gương 거울
쟈 그엉

* Chị ấy đã thấy mình trong **gương**.
  그는 거울에 비친 자신을 보았다.

❷ bàn chải đánh răng 칫솔
반 짜이 다인 장

❸ lon đựng bàn chải 칫솔 꽂이
론 등 반 짜이

* Đừng quên để bàn chải đánh răng
  vào lon.
  칫솔 꽂이에 칫솔 넣는 것을 잊지 마.

❹ giá treo khăn 수건걸이
쟈 째오 칸

❺ khăn 수건
칸

* Chị ấy đã lau khô tóc bằng khăn.
  그는 수건으로 젖은 머리를 말렸다.

❻ xà phòng 비누
싸 퐁

> một cái xà phòng 비누 한 개

❽ van nước 수도꼭지
반 느억

❼ giá đỡ xà phòng 비누 받침대
쟈 더 싸 퐁

❾ bồn rửa mặt 세면대
본 즈아 맛

> yêu cầu lau dọn đường ống
> 배관 청소 용구

⑩ máy sấy tóc 헤어드라이어
마이 서이 똑

•Xin cẩn thận khi dùng **máy sấy tóc** trong phòng tắm.
욕실에서 헤어드라이어를 사용할 때 조심하세요.

⑪ ổ cắm điện 콘센트
오 깜 디엔

⑫ cuộn giấy 롤 휴지
꾸온 저이

⑬ bàn chải bồn cầu
반 짜이 본 꺼우
변기 솔

⑮ thùng rác 휴지통
퉁 작

•**Thùng rác** đầy rác.
휴지통이 쓰레기로 가득 찼다.

⑭ giá đỡ bàn chải bồn cầu
쟈 더 반 짜이 본 꺼우
변기 솔 꽂이

⑯ nắp bồn cầu 변기 뚜껑
납 본 꺼우

•Xin đậy **nắp bồn cầu** trước khi dội nước.
물을 내리기 전에 변기 뚜껑을 닫아 주세요.

⑰ bồn cầu 변기
본 꺼우

•Chị ấy dội nước **bồn cầu** và trở về phòng ngủ.
그는 변기의 물을 내리고 침실로 돌아갔다.

㉑ **quạt thông gió**
꾸아 통 죠
환풍기

> quạt làm lạnh 냉각팬

⑲ **thanh treo rèm phòng tắm**
타인 쩨오 쨈 퐁 땀
샤워 커튼 봉

⑳ **mắt xích rèm phòng tắm**
맛 씨익 쨈 퐁 땀
샤워 커튼 고리

⑱ **vòi sen** 샤워기
보이 샌

＊Vòi sen bị hỏng.
샤워기가 고장 났다.

> tắm 샤워하다

㉒ **xốp cao su** 스펀지
쏩 까오 수

> xốp cao su ướt
젖은 스펀지

㉓ **bồn tắm** 욕조
본 땀

＊Xin đổ nước nửa bồn tắm.
욕조를 반 정도 채워 주세요.

㉔ **rèm phòng tắm**
쨈 퐁 땀
샤워 커튼

관련 어휘

● 전동 칫솔 bàn chải đánh răng tự động 반 짜이 다인 장 뜨 동 ● 고무 매트 thảm cao su 탐 까오 수
● 욕조용 매트 thảm dùng cho bồn tắm 탐 중 쪼 본 땀 ● 저울 cái cân 까이 껀
● 하수도 đường nước thải 드엉 느억 타이 ● 샴푸 dầu gội đầu 저우 고이 더우
● 컨디셔너 máy lạnh 마이 라인 ● 바디 클렌저 sữa tắm 스아 땀
● 바디 로션 kem dưỡng toàn thân 깸 즈엉 또안 턴
● 배관 청소 용구 dụng cụ lau dọn đường ống 중 꾸 라우 존 드엉 옹

18

수건의 용도에 따른 명칭

khăn lau tay
칸 라우 따이
손 닦는 수건

khăn lau mặt
칸 라우 맛
얼굴 수건

khăn tắm
칸 땀
목욕 수건

🌼 Mệt quá. Chắc phải tắm.
멧 꾸아. 짝 파이 땀.

🍓 Tôi sẽ đổ nước ấm vào bồn tắm.
또이 새 도 느억 엄 바오 본 땀.

🌼 Cám ơn.
깜 언.

🍓 Đừng quên bật quạt thông gió khi tắm.
등 꾸엔 벗 꾸앗 통 죠 키 땀.

🌼 Ừ, tôi sẽ làm thế.
으, 또이 새 람 테.

🌼 너무 피곤해. 샤워해야겠어.
🍓 내가 따뜻한 물 욕조에 받아 줄게.
🌼 고마워.
🍓 목욕하고 환풍기 켜는 거 잊지 마.
🌼 응, 그렇게.

TalkTalk Tip

Tôi phải đi phòng vệ sinh. 난 화장실 가야 해
Phải rửa mặt. 세수해야 해.
Phải đánh răng. 양치해야 해.
Phải gội đầu. 머리 감아야 해.

DAY 3 맛있는 주말! 오늘은 내가 요리사!

Hôm nay, nấu món ăn gì?
오늘은 무슨 요리예요?

Đang nấu spaghetti.
Mang cho tôi rau mùi tây trên
giá để hộp gia vị chứ?
스파게티 하고 있어.
양념통 선반에서 파슬리 좀 갖다 줄래?

❶ ấm nước

❷ bếp lò
• bếp

❸ giá để bát

❹ tủ bếp

❺ lò nướng

❻ máy rửa bát

❼ bồn rửa bá

⑪ nắp

❽ cái thớt

⑫ cối xay

❾ dao

⑭ lò nướng bánh m

⑬ máy xay sinh tố

❿ bát trộn sa lát

⑯ giá đỡ hộp gia vị — ⑰ lọ gia vị

⑮ nước rửa bát

⑱ lò vi sóng.

㉒ ngăn đá

⑳ máy pha cà phê

⑲ kệ bếp

㉑ thùng rác

㉓ tủ lạnh

① ấm nước 주전자
엄 느억

> ấm điện 전기 주전자

② bếp lò 스토브
벱 로

bếp 레인지
벱

⑤ lò nướng 오븐
로 느엉

> làm nóng lò nướng
> 오븐을 가열하다

④ tủ bếp 찬장
뚜 벱

> mặt trước tủ bếp bằng gương
> 앞면이 유리로 된 찬장

③ giá để bát 식기건조대
쟈 데 밧

- Mang cốc ở **giá để bát** đưa tôi được chứ?
  식기건조대에서 컵 좀 가져다주시겠어요?

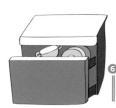

⑥ máy rửa bát 식기세척기
마이 즈아 밧

⑦ bồn rửa bát 싱크대
본 즈아 밧

- Nhiều đĩa chất trong **bồn rửa bát**.
  접시들이 싱크대에 쌓여 있었다.

- Xin đặt đĩa bẩn vào **máy rửa bát**.
  식기세척기에 지저분한 접시를 넣으세요.

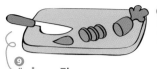

⑧ cái thớt 도마
까이 텃

⑨ dao 칼
자오

● Cẩn thận khi sử dụng **dao**.
칼을 사용할 때에는 조심하세요.

⑩ bát trộn sa lát 샐러드용 그릇
밧 쫀 사 랏

● Xin cho rau vào bát trộn sa lát.
채소를 샐러드용 그릇에 담으세요.

⑪ nắp 뚜껑
납

⑫ cối xay 용기
꼬이 싸이

⑭ lò nướng bánh mì
로 느엉 바인 미
토스터

⑬ máy xay sinh tố 믹서
마이 싸이 시인 또

⑮ nước rửa bát 주방용 세제
느억 즈아 밧

dung dịch rửa 액체 세제

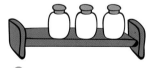

⑯ giá đỡ hộp gia vị 양념통 선반
쟈 더 홉 쟈 비

⑰ lọ gia vị 양념 병
로 쟈 비

● Có nhiều lọ gia vị trên giá đỡ.
선반에 양념 병들이 많이 있다.

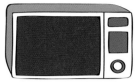

18 lò vi sóng. 전자레인지
로 비 송
- Thường sử dụng **lò vi sóng** không?
  전자레인지를 자주 사용하세요?

19 kệ bếp 조리대
께 벱

20 máy pha cà phê 커피메이커
마이 파 까 페

21 thùng rác 휴지통
퉁 작

22 ngăn đá 냉동실
응안 다
- Cần bảo quản cái này ở ngăn đá.
  이것을 냉동실에 보관해야 합니다.

23 tủ lạnh 냉장고
뚜 라인
- Không có gì trong tủ lạnh.
  냉장고에 먹을 게 없다.

🔑 tủ lạnh đầy ắp 냉장고를 채우다

관련 어휘

- 음식물 쓰레기 처리기 xử lí rác thức ăn 쓰 리 작 특 안
- 접시 닦는 행주 giẻ lau đĩa 재 라우 디아
- 식기 세척제 nước rửa bát 느억 즈아 밧
- 종이타올 걸이 giá treo khăn giấy 쟈 재오 칸 져이
- 냄비 cái nồi 까이 노이
- 프라이팬 cái chảo 까이 짜오
- 양념 gia vị 쟈 비
- 은그릇 bát bạc 밧 박
- 세트 bộ 보
- 식탁 bàn ăn 반 안
- 주방장갑 găng tay nhà bếp 강 따이 냐 벱
- 주방 nhà bếp 냐 벱

테이블 세팅

* 손님을 초대하거나 특별한 날에는 **phòng ăn**(퐁 안)에서 식사를 하게 되는데 이 경우 테이블 세팅하는 방법은 아래와 같아요.

nĩa và thìa dùng cho món tráng miệng
니아 바 티아 중 쪼 몬 짱 미엥
디저트용 포크와 숟가락

cốc nước 물 잔
꼭 느억

đĩa dùng để bánh mì
디아 중 데 바인 미
빵 접시

cốc rượu 와인 잔
꼭 즈어우

nĩa dùng cho món sa lát
니아 중 쪼 몬 사 랏
샐러드용 포크

thìa ăn súp 수프용 숟가락
티아 안 숩

nĩa dùng cho bữa ăn
니아 중 쪼 브아 안
식사용 포크

dao dùng cho bữa ăn
자오 중 쪼 브아 안
식사용 칼

TALK! TALK!

😊 Hôm nay, nấu món ăn gì?
홈 나이, 너우 몬 안 지?

😊 Đang nấu spaghetti.
당 너우 스파게티.

Mang cho tôi rau mùi tây trên giá để hộp gia vị chứ?
망 쪼 또이 자우 무이 떠이 쩬 쟈 데 홉 쟈 비 쯔?

😊 Đây ạ.
더이 아.

😊 Cảm ơn. Khoảng 10 phút xong.
깜 언. 코앙 므어이 풋 쏭.

> **TalkTalk Tip**
> **Mang nước cho tôi nhé?** 물 좀 갖다 줄래?
> **khăn giấy** 종이타올
> **đĩa** 접시
> **thìa** 숟가락

😊 오늘은 무슨 요리예요?

😊 스파게티 하고 있어.
양념통 선반에서 파슬리 좀 갖다 줄래?

😊 여기 있어요.

😊 고마워. 10분 정도면 다 돼.

Làm gì đấy?
뭐 해요?

Đang dọn vệ sinh phòng khách.
거실 청소하는 중이야.

⑧ cửa sổ

② bức tường

① bức tranh

③ đèn bàn

⑩ cây cối

⑨ rèm cửa

⑪ chậu hoa

④ giá lò sưởi tường

⑤ lò sưởi tường

⑥ sàn

⑦ ghế bành
· **ghế ngồi thư giãn**

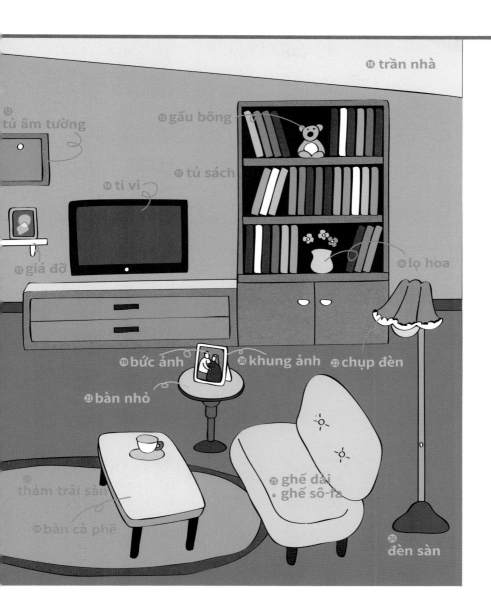

⑱ **trần nhà**

⑫ **tủ âm tường**

⑯ **gấu bông**

⑰ **tủ sách**

⑭ **ti vi**

⑬ **giá đỡ**

⑯ **lọ hoa**

⑲ **bức ảnh**   ⑳ **khung ảnh**   ㉒ **chụp đèn**

㉑ **bàn nhỏ**

thảm trải sàn

⑮ **ghế dài**
• **ghế sô-fa**

⑭ **bàn cà phê**

㉖ **đèn sàn**

❶ bức tranh 그림
북 짜인
- Tôi thích bức tranh kia.
  난 저 그림이 좋습니다.

  tranh sơn dầu 유화

❷ bức tường 벽
북 뜨엉
- Có nhiều tranh treo trên tường.
  벽에 그림들이 많이 걸려 있다.

❸ đèn bàn 스탠드
댄 반
- Cô ấy đã bật đèn bàn.
  그녀는 스탠드의 스위치를 켰다.

  đèn dầu 석유램프

❹ giá lò sưởi tường
쟈 로 스어이 뜨엉
벽난로 선반

❺ lò sưởi tường 벽난로
로 스어이 뜨엉
- Có lò sưởi tường trong phòng khách của bạn không?
  당신의 거실에 벽난로가 있습니까?

  tường gạch/lò sưởi đá cẩm thạch
  벽돌/대리석 난로

❻ sàn 바닥
산

  lau sàn bằng cây lau nhà
  바닥을 대걸레로 닦다

❼ ghế bành 안락의자
게 바인

ghế ngồi thư giãn
게 응오이 트 쟌
안락의자

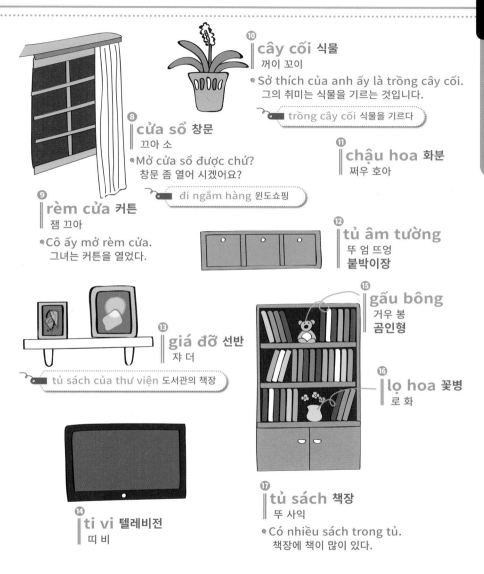

⑩ **cây cối** 식물
꺼이 꼬이
- Sở thích của anh ấy là trồng cây cối.
  그의 취미는 식물을 기르는 것입니다.

trồng cây cối 식물을 기르다

⑧ **cửa sổ** 창문
끄아 소
- Mở cửa sổ được chứ?
  창문 좀 열어 시겠어요?

đi ngắm hàng 윈도쇼핑

⑨ **rèm cửa** 커튼
잼 끄아
- Cô ấy mở rèm cửa.
  그녀는 커튼을 열었다.

⑪ **chậu hoa** 화분
쩌우 호아

⑫ **tủ âm tường**
뚜 엄 뜨엉
붙박이장

⑮ **gấu bông**
거우 봉
곰인형

⑬ **giá đỡ** 선반
쟈 더

tủ sách của thư viện 도서관의 책장

⑯ **lọ hoa** 꽃병
로 화

⑭ **ti vi** 텔레비전
띠 비

⑰ **tủ sách** 책장
뚜 사익
- Có nhiều sách trong tủ.
  책장에 책이 많이 있다.

⑱ trần nhà 천장
쩐 냐

* Bạn thích phòng có trần cao không?
당신은 천장이 높은 방이 좋습니까?

🏷 từ trần đến sàn 천장에서 바닥까지

⑲ bức ảnh 사진
북 아인

🏷 ảnh đen trắng 흑백사진

⑳ khung ảnh 사진 액자
쿵 아인

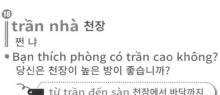

㉑ bàn nhỏ 작은 탁자
반 뇨

㉒ chụp đèn 스탠드 갓
쭙 댄

㉓ thảm trải sàn 양탄자
탐 짜이 산

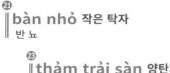

🏷 thảm phương đông 오리엔탈 러그

㉕ ghế dài 긴 의자
게 자이

ghế sô-fa 소파
게 소 파

㉖ đèn sàn
댄 산
플로어 스탠드

㉔ bàn cà phê
반 까 페
커피 탁자

🏷 bật đèn điện 전등을 켜다

관련 어휘

🔖 스테레오 시스템 hệ thống âm thanh nổi 헤 통 엄 타인 노이 🔖 스피커 loa 로아
🔖 벽난로 칸막이 vách ngăn lò sưởi tường 바익 응안 로 스어이 뜨엉 🔖 카펫 thảm 탐
🔖 쿠션 đệm 뎀 🔖 책장 tủ sách 뚜 사익 🔖 꽃병 lọ hoa 로 호아 🔖 휴지통 thùng rác 퉁 작
🔖 잡지꽂이 chỗ để tạp chí 쪼 데 땁 찌 🔖 리클라이너 의자 ghế có lưng tựa 게 꼬 릉 뜨아
🔖 벽난로 선반 giá lò sưởi tường 쟈 로 스어이 뜨엉

30

벽난로와 관련된 물건들의 명칭

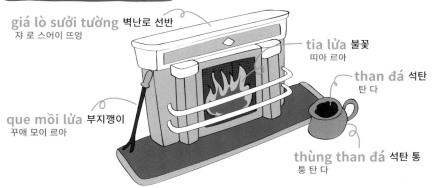

giá lò sưởi tường 벽난로 선반
쟈 로 스어이 뜨엉

tia lửa 불꽃
띠아 르아

than đá 석탄
탄 다

que mồi lửa 부지깽이
꾸애 모이 르아

thùng than đá 석탄 통
퉁 탄 다

bên cạnh lò sưởi 난로 부근
벤 까인 로 스엉이

TALK! TALK!

🗣 **Làm gì đấy?**
람 지 더이?

🗣 뭐 해요?

🗣 거실 청소하는 중이야.

🗣 **Đang dọn vệ sinh phòng khách.**
당 존 베 시인 퐁 카익.

🗣 뭐 도울 거 있나요?

🗣 식물에 물 좀 줄래?

🗣 **Cần giúp gì không?**
껀 쥽 지 콩?

🗣 알겠어요.

🗣 **Tưới nước cho cây được chứ?**
뜨어이 느억 쪼 꺼이 드억 쯔?

🗣 **Vâng tôi biết.**
벙 또이 비엣.

TalkTalk Tip

Tôi đang xem ti vi. 저는 TV 보는 중입니다.
Đang đọc sách 책 읽는
Đang chuẩn bị bữa tối 저녁 식사 준비하는

❶ tỷ giá

❷ nhân viên tư vấn cho vay

❹ nhân viên ngân hàng

⑪ tủ sắt an t

❺ sổ ngân hàng

❼ giấy gửi tiền

❸ quầy tư vấn cho vay

❻ thẻ tín dụng
• thẻ thanh toán tiền mặt

❽ ngân hàng

❾ ngân phiếu du lịch

❷ nhân viên tư vấn cho vay
년 비엔 뜨 번 쪼 바이
대출상담원

- Nhân viên tư vấn cho biết tiền lãi là quan trọng nhất.
  대출상담원이 대출에서 가장 중요한 것은 금리라고 알려 주었다.

❶ tỷ giá 환율
띠 쟈

> tỷ giá biến động 환율 변동

❹ nhân viên ngân hàng
년 비엔 응언 항
은행원

- Những nhân viên ngân hàng cần tốc độ nhanh và chính xác.
  은행원들은 빠른 속도와 정확함을 필요로 한다.

❸ quầy tư vấn cho vay
꾸어이 뜨 번 쪼 바이
대출상담창구

❺ sổ ngân hàng 통장
소 응언 항

- Cần bảo quản sổ ngân hàng nơi an toàn.
  통장은 안전한 곳에 보관해야 한다.

> kiểm tra sổ ngân hàng
> 통장을 정리하다

❻ thẻ tín dụng 신용카드
태 띤 중

thẻ thanh toán tiền mặt
태 타인 또안 띠엔 맛
현금직불카드

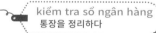

- Thẻ tín dụng của bạn không còn hiệu lực nữa.
  당신의 신용카드는 더 이상 유효하지 않습니다.

❼ giấy gửi tiền 예금 청구서
져이 그이 띠엔

- Nhân viên ngân hàng đã xác nhận chữ kí trong giấy gửi tiền.
  은행 직원이 예금 청구서에 있는 사인을 확인했다.

> có kí tên trong giấy gửi tiền 예금 청구서에 있는 서명

⑧ ngân phiếu 수표
응언 피에우

* Anh ấy đã cho tôi 2 triệu đồng bằng ngân phiếu.
  그가 나에게 수표로 이백만 동을 주었다.

> đổi ngân phiếu ra tiền mặt
> 수표를 현금으로 바꾸다

⑨ ngân phiếu du lịch 여행자수표
응언 피에우 주 리익

* Tại đây có thể đổi ngân phiếu du lịch ra tiền mặt chứ?
  여행자수표를 여기서 현금으로 바꿀 수 있을까요?

⑩ tủ sắt 금고
뚜 삿

* Đa số tiền được bảo quản trong tủ sắt ngân hàng.
  대부분의 돈은 은행 금고에 보관되어 있었다.

> tủ sắt an toàn 안전한 금고

⑪ tủ sắt an toàn 안전 금고
뚜 삿 안 또안

* Có thể mượn ngân hàng tủ sắt an toàn để bảo quản đồ quý giá.
  귀중품을 보관할 수 있는 안전 금고를 은행에서 빌릴 수 있다.

> kẻ trộm vào tủ sắt an toàn
> 안전 금고에 도둑이 들다

⑫ máy rút tiền tự động
마이 줏 띠엔 뜨 동
자동현금입출금기

* ATM gọi là máy rút tiền tự động.
  ATM은 자동현금입출금기를 말한다.

> rút tiền ở máy rút tiền
> 현금인출기에서 돈을 인출하다

⑬ khách hàng 고객
카익 항

⑭ **biên lai gửi tiền** 예금 전표
비엔 라이 그이 띠엔

• Có thể điền vào biên lai gửi tiền
  được chứ?
  예금 전표를 작성해 주시겠습니까?

⑮ **nhân viên an ninh** 보안 요원 | **nhân viên bảo vệ**
년 비엔 안 니인 | 년 비엔 바오 베
  경비원

• Nhân viên an ninh bảo đảm an toàn cho khách hàng
  và ngân hàng.
  보안 요원은 은행을 보호하고 은행 고객들의 안전을 보장한다.

  nhân viên bảo vệ ban đêm 야간 경비원

관련 어휘

▸ 예금하다 gửi tiền 그이 띠엔 ▸ 인출하다 rút tiền 줏 띠엔
▸ 수표를 현금으로 바꾸다 đổi ngân phiếu ra tiền mặt 도이 응언 피에우 자 띠엔 맛
▸ 여행자수표를 받다 nhận ngân phiếu du lịch 년 응언 피에우 주 리익
▸ 계좌를 만들다 tạo tài khoản 따오 따이 코안 ▸ 계좌를 열다 mở tài khoản 머 따이 코안
▸ 대출을 신청하다 đăng ký vay 당 끼 바이

주요 국가 통화 단위

나라 이름	통화	표기
미국	달러	USD
일본	엔	JYP
중국	위안	CNY
유로	유로	EUR
영국	파운드	GBP
홍콩	달러	HKD
캐나다	달러	CAD

tiền gửi thường 보통예금
띠엔 그이 트엉
우리나라 입출금 전용 통장과 비슷해요.

tiền gửi vãng lai 당좌예금
띠엔 그이 방 라이
개인 수표를 사용할 수 있는 계좌로 일정 금액 이상을 유지하고 있어야 해요.
계좌를 개설할 때 수표 책(Check Book)을 무료로 발급해 주기도 합니다.

TALK! TALK!

🔊 Chúc buổi sáng tốt lành. Cần tôi giúp gì không?
쭉 부오이 상 똣 라인. 껀 또이 쯥 지 콩?

👦 Tôi muốn tạo tài khoản.
또이 무온 따오 따이 코안.

🔊 Xin điền vào hồ sơ này và cho tôi xin chứng minh thư.
씬 디엔 바오 호 서 나이 바 쪼 또이 씬 쯩 미인 트.

👦 Vâng tôi biết.
벙 또이 비엣.

🔊 좋은 아침입니다. 무엇을 도와 드릴까요?
👦 계좌를 만들고 싶습니다.
🔊 이 서류를 작성해 주시고 신분증 좀 주십시오.
👦 알겠습니다.

TalkTalk Tip

Tôi muốn đặt bàn cho hai người.
두 사람을 위한 테이블을 예약하고 싶습니다.

phòng trọ một đêm
하룻밤 묵을 방

⑥ phòng khám bệnh

Triệu chứng thế nào?
증상이 어떠신가요?

Tôi đau cổ.
목이 아픕니다.

⑤ đau đầu

① y tá

③ đau lưng

⑦ đau răng

② hồ sơ bệnh an
• bảng biểu trị bệnh

④ bệnh nhân

⑩ bỏng

⑧ viêm họng

⑨ vết thương
do côn trùng

38

⑪ chứng đau tai
⑫ sốt
⑬ túi đá
⑭ cảm lạnh
⑮ ho
⑯ phòng đợi
⑰ máu mũi
⑱ đau dạ dày
• đau bụng
⑯ nước mũi
⑲ mụn nhọt
• bướu

❶ y tá 간호사
이 따

❷ hồ sơ bệnh án 의료 차트
호 서 베인 안

bảng biểu trị bệnh
방 비에우 찌 베인
의료 차트

❸ đau lưng 요통
다우 릉

❹ bệnh nhân 환자
베인 년

❺ đau đầu 두통
다우 더우
•Hôm nay đau đầu suốt cả ngày.
오늘 하루 종일 두통이 있다.

thuốc đau đầu 두통약

❼ đau răng 치통
다우 장
•Cần phải đến nha khoa nếu răng đau.
치통으로 고통을 받는다면 치과에 가야 한다.

❻ phòng khám bệnh
퐁 캄 베인
진찰실

❾ vết thương do côn trùng
벳 트엉 조 꼰 중
곤충 자상
•Trên tay có vết thương
do côn trùng.
팔에 곤충 자상이 있다.

❽ viêm họng 인후염
비엠 홍

gây nên viêm họng
인후염을 유발하다

thuốc bôi dùng cho vết thương do côn trùng
곤충 자상용 연고

40

⑩ **bỏng** 화상
봉
bị bỏng 화상을 입다

⑪ **chứng đau tai** 귀 통증
쯩 다우 따이
chứng đau nơi tai 귀의 통증

⑫ **sốt** 열
솟
sốt cao 고열

⑬ **túi đá** 얼음주머니
뚜이 다

⑮ **ho** 기침
호

⑭ **cảm lạnh** 오한
깜 라인
• Bị cảm lạnh nếu có sốt cao.
고열이 있으면 오한이 생깁니다.

• Cần làm thế nào dừng cơn ho ban đêm?
밤에 기침을 멈추려면 어떻게 해야 합니까?
ho nặng 심하게 기침하다

⑯ **nước mũi** 콧물
느억 무이
• Nước mũi phân tán sự tập trung.
콧물은 집중력을 흐트러뜨린다.

⑰ **máu mũi** 코피
마우 무이
chảy máu mũi 코피가 나다

⑱ đau dạ dày 위통
다우 자 자이

đau bụng 복통
다우 붕

⑲ mụn nhọt 발진
문 놋

bướu 뾰루지
브어우

⟶ mụn nhọt dị ứng 알레르기성 발진

• Hầu hết mọi người từng bị đau bụng một lần.
거의 모든 사람이 한 번쯤 복통을 경험한 적이 있다.

⑳ phòng đợi 대기실
퐁 더이

• Có nhiều bệnh nhân trong
phòng đợi.
대기실에 환자들이 많이 있다.

관련 어휘

♪ 물집 mụn nước 문 느억 ♪ 수포 mủ무 ♪ 충치 sâu răng 서우 장 ♪ 감기 cảm 깜
♪ 감염 nhiễm 니엠 ♪ 딸꾹질 nấc 넉 ♪ 경련/쥐 co giật / chuột rút 꼬 졋/쭈옷 줏
♪ 설사 tiêu chảy 띠에우 짜이 ♪ 가슴 통증 tức ngực 뜩 응윽 ♪ 목 결림 mỏi cổ 모이 꼬
♪ 숨가쁨 thở gấp 터 겁 ♪ 사마귀 mụn cóc 문 꼭

의사 명칭

♪ 내과의사 bác sĩ nội khoa 박 시 노이 코아 ♪ 치과의사 bác sĩ nha khoa 박 시 냐 코아
♪ 치과위생사 người vệ sinh nha khoa 응어이 베 시인 냐 코아 ♪ 소아과의사 bác sĩ nhi 박 시 니
♪ 산과의사 bác sĩ khoa sản 박 시 코아 산 ♪ 부인과의사 bác sĩ phụ sản 박 시 푸 산
♪ 심장병 전문의 chuyên môn bệnh tim 쭈이엔 몬 베인 띰
♪ 검안사 người kiểm tra thị lực 응어이 끼엠 짜 티 륵 ♪ 외과의사 bác sĩ khoa ngoại 박 시 코아 응오아이
♪ 정신과의사 bác sĩ thần kinh 박 시 턴 끼인

đau, nhức는 '아픔, 통증'이라는 뜻으로 신체 부위 명칭과 함께 쓰면 증상을 설명할 수 있어요

đau +

đầu 더우		**đau đầu** 다우 더우 - 두통
tai 따이	=	**đau tai** 다우 따이 - 귀통증
răng 장		**đau răng** 다우 장 - 치통
bụng 붕		**đau bụng** 다우 붕 - 복통
lưng 릉		**đau lưng** 다우 릉 - 요통

 TALK! TALK!

🗣 Triệu chứng thế nào?
찌에우 쯩 테 나오?

👁 Tôi đau cổ.
또이 다우 꼬.

🗣 Thế à, tôi sẽ đo nhiệt nhé.
테 아, 또이 새 도 니엣 내.

🗣 증상이 어떠신가요?
👁 목이 아픕니다.
🗣 그럼, 열 좀 잴게요.

TalkTalk Tip

Chảy nước mũi. 콧물이 납니다.
Tai đau. 귀가 아픕니다.
Đã bị bỏng. 화상을 입었습니다.
Bị cảm nặng. 지독한 감기에 걸렸습니다.

Xin chào.
Tôi sẽ giúp gì nào?
안녕하세요. 어떻게 도와 드릴까요?

Tôi đã đặt trước với tên
Cheong rồi.
정이라는 이름으로 예약 했어요.

① nhà ăn
· nhà hàng

③ hồ bơi

② phòng tập thể dục

④ phòng họp

⑦ người quản lí dọn
vệ sinh phòng khách

⑥ hành lang

⑧ xe của người quản
lí dọn phòng khách

⑤ thang máy

⑩ dịch vụ phòng

⑪ người mang hành lí
· bồi bàn

⑬ hành lí dùng
cho du lịch

⑨ tiền sảnh

⑫ xe dùng để
hành lí du lịch

⑪ cửa hàng bán quà

⑮ khách hàng
• khách trọ

⑯ người chịu trách
nhiệm tiếp nhận

⑮ chìa khóa phòng

⑰ bàn hướng dẫn

❶ nhà ăn 식당
냐 안

nhà hàng 레스토랑
냐 항

*Chúng ta sẽ ăn tối ở nhà hàng khách sạn.
우리는 호텔 레스토랑에서 저녁을 먹었다.

> 🏷️ nhà ăn hỗn tạp 혼잡한 식당

❷ phòng tập thể dục 체육관
퐁 떱 테 죽

*Các vị khách có thể dùng phòng
tập thể dục.
모든 손님들은 체육관을 이용할 수 있다.

❸ hồ bơi 수영장
호 버이

> 🏷️ hồ bơi ngoài trời 야외 수영장

❹ phòng họp 회의실
퐁 홉

*Chúng tôi đang cung cấp đa dạng
loại phòng họp.
우리는 다양한 종류의 회의실을 제공하고
있습니다.

> 🏷️ Có thể đặt chỗ phòng họp.
> 회의실을 예약할 수 있다.

❻ hành lang 복도
하인 랑

*Đừng chạy ở hành lang.
복도에서 뛰지 마십시오.

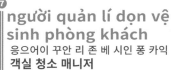

**❼ người quản lí dọn vệ
sinh phòng khách**
응으어이 꾸안 리 존 베 시인 퐁 카익
객실 청소 매니저

❺ thang máy 엘리베이터
탕 마이

*Chúng tôi đã đi thang máy đến
sảnh đợi.
우리는 라운지까지 엘리베이터를 탔다.

**❽ xe của người quản lí
dọn phòng khách**
쌔 꾸아 응으어이 꾸안 리 존 퐁 카익
객실 관리 카트

⑨ tiền sảnh 로비
띠엔 사인

• Cô ấy đã đợi bạn ở tiền sảnh.
그녀는 로비에서 친구를 기다렸다.

lối vào tiền sảnh 현관 로비

⑩ dịch vụ phòng
지익 부 퐁
룸서비스

⑪ người mang hành lí 벨보이
응으어이 망 하인 리

bồi bàn 급사
보이 반

• Người mang hành lí đã đem hành lí của tôi vào phòng.
벨보이가 내 가방을 방으로 가져다주었다.

người mang hành lí tử tế 친절한 벨보이

⑫ xe dùng để hành lí du lịch
쌔 중 데 하인 리 주 리익
(여행용 짐) 카트

xe chất đầy hành lí
짐을 가득 실은 카트

⑬ hành lí dùng cho du lịch
하인 리 중 쪼 주 리익
여행용 짐가방

⑭ cửa hàng bán quà 선물 가게
끄아 항 반 꾸아

⑮ khách hàng 손님 ‖ khách trọ 숙박객
카익 항   카익 쪼

- Khách của khách sạn có thể uống nước giải khát miễn phí ở quầy bar.
호텔 손님들은 바에서 무료 음료를 즐기실 수 있습니다.

danh sách khách 손님 명단

⑯ chìa khóa phòng 방 열쇠
찌아 코아 퐁

- Có thể nhận chìa khóa phòng còn lại không?
여분의 방 열쇠를 받을 수 있을까요?

để chìa khóa trong phòng 방에 열쇠를 두고 오다

⑰ bàn hướng dẫn 안내 데스크
반 흐엉 전

- Nếu có vấn đề thì xin liên lạc bàn hướng dẫn khách sạn.
문제가 있으면 호텔 안내 데스크에 전화해 주십시오.

⑱ người chịu trách nhiệm tiếp nhận
응으어이 찌우 짜익 니엠 띠엡 년
접수 담당자

nhiệm vụ của người chịu trách nhiệm tiếp nhận
접수 담당자의 업무

관련 어휘

- 문지기 người gác cổng 응으어이 각 꽁 ∮ 대리주차 người đỗ xe thay 응으어이 도 쌔 타이
- 객실 phòng khách 퐁 카익 ∮ 일인용 침대 giường đơn 즈엉 던
- 킹사이즈 침대 giường cỡ lớn 즈엉 꺼 런 ∮ 연체료 tiền quá hạn 띠엔 꾸아 한
- 청구서 hoá đơn thanh toán 호아 던 타인 또안 ∮ 정문 cửa chính 끄아 찌인

48

호텔 이용할 때 필요한 몇 가지 팁

tiền cọc 보증금
띠엔 꼭
호텔에 따라 체크인할 때 보증금을 내고 체크아웃 할 때 돌려받는 곳도 있어요.

vật dụng tiện lợi phòng khách 객실 편의용품
벗 중 띠엔 러이 퐁 카익
호텔 투숙객을 위해 비치해 놓은 각종 편의물품으로 날마다
혹은 하루 걸러 새것으로 바꿔 줘요.

dịch vụ phòng 룸서비스
지익 부 퐁
아침에 늦잠을 자느라 조식을 못 먹었을 경우 룸서비스로 도시락을
받을 수 있는데, 호텔에 따라 금액을 지급해야 하는 곳도 있어요.

🗣 Xin chào. Tôi sẽ giúp gì nào?
씬 짜오. 또이 새 줍 지 나오?

🎩 Tôi đã đặt trước với tên Cheong rồi.
또이 다 덧 쯔억 버이 뗀 정 조이.

🗣 Xin đánh vần cho tôi được chứ?
씬 다인 번 쪼 또이 드억 즈?

🎩 Vâng. J-U-N-G
벙. J-U-N-G

🗨 안녕하세요. 어떻게 도와 드릴까요?
🎩 정이라는 이름으로 예약했어요.
🗨 철자를 말씀해 주시겠습니까?
🎩 네. J-U-N-G입니다.

TalkTalk Tip

Đã đặt trước với tên Frank.
프랭크 이름으로 예약했습니다.

Chúc buổi sáng tốt lành. Tôi có thể đặt món được chứ?
좋은 아침입니다. 주문하시겠어요?

Cho tôi một cốc cà phê đá được chứ?
아이스 아메리카노 한 잔 주시겠어요?

❶ nhân viên pha cà phê

❷ máy tính tiền

❸ khách hàng

❹ quầy thu ngân

❺ bàn

❻ ghế

❼ thực đơn

❽ cà phê espresso

❾ cà phê cappuccino

❿ cà phê americano

⓫ cà phê mocha

⓬ cà phê latte

⓭ cà phê flat white

⓮ máy pha cà phê

⓱ que khuấy cà phê

⓯ đường

⓰ giấy bọc ly cà phê

⓲ ống hút

㉑ kem phô mai

⑳ mứt dâu

⓳ kem cà phê

㉒ ốc suối

㉗ tủ trưng bày

㉓ bánh ừng bò

㉔ bánh uffin

㉕ bánh mì vòng

㉖ bánh Fretzel

❶ nhân viên pha cà phê 바리스타
년 비엔 파 까 페
- Tôi thích cà phê được nhân viên kia pha.
  난 저 바리스타가 내려 주는 커피를 좋아한다.

❷ máy tính tiền 금전 등록기
마이 띠인 띠엔

❹ quầy thu ngân 계산대
꾸어이 투 응언
- Một phụ nữ đang đặt cà phê ở quầy thu ngân.
  한 여성이 계산대에서 커피를 주문하고 있다.

❸ khách hàng 손님
카익 항
- Nhớ khách hàng quen là quan trọng.
  단골손님을 기억하는 것은 중요하다.

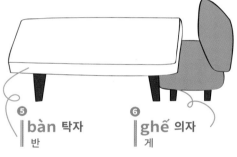

❺ bàn 탁자
반

❻ ghế 의자
게

❼ thực đơn 메뉴
특 던

❽ cà phê espresso 에스프레소
까 페 에스프레소

52

⑩ cà phê americano
까 페 아메리카노
아메리카노

• Cho tôi một cốc cà phê americano được chứ?
아메리카노 한 잔 주시겠습니까?

○ *một cốc cà phê americano* 아메리카노 한 잔

⑨ cà phê cappuccino
까 페 카푸치노
카푸치노

⑪ cà phê mocha 카페 모카
까 페 모카

• cà phê mocha đang là cà phê giải khát thịnh hành.
카페 모카가 인기 있는 커피 음료가 되어 가고 있다.

⑫ cà phê latte 카페 라테
까 페 라테

○ *cách làm cà phê latte* 까페 라떼 만드는 법

⑬ cà phê flat white 플랫 화이트
까 페 플랫 화이트

⑮ đường 설탕
드엉

• Kem có nhiều chất béo và đường.
아이스크림은 지방과 설탕이 많다.

○ *đường vàng 흑설탕*

⑭ máy pha cà phê 커피 머신
마이 파 까 페

⑯ giấy bọc ly cà phê
져이 복 리 까 페
커피 슬리브

⑰ que khuấy cà phê
꾸애 쿠어이 까 페
커피 스틱

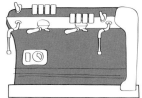

⑱ ống hút 빨대
옹 훗

○ *que khuấy cà phê bằng gỗ* 나무로 만든 커피 스틱

○ *ống hút dùng cho nước giải khát* 음료용 빨대

⑲ kem cà phê 커피 크림
깸 까 페

⑳ mứt dâu 딸기잼
뭇 저우

● Cô ấy cho tôi một lọ mứt dâu được làm ở nhà.
그녀는 나에게 집에서 만든 딸기잼 한 병을 주었다.

㉑ kem phô mai 크림치즈
깸 포 마이

> kem phô mai mềm và đậm đà
> 깊고 부드러운 크림치즈

㉒ nước suối 생수
느억 수오이

㉓ bánh sừng bò 크루아상
바인 승 보

> bánh sừng bò mới ra lò
> 갓 구운 크루아상

㉔ bánh muffin 머핀
바인 머핀

● Bạn thích loại bánh muffin blueberry hay sôcôla?
블루베리와 초콜릿 머핀 중에 어떤 것이 좋습니까?

> nướng bánh muffin
> 머핀을 굽다

㉖ bánh Fretzel
바인 프레즐
프레즐

㉕ bánh mì vòng 베이글
바인 미 봉

● Gia đình chúng tôi thích bánh mì vòng vị hành.
우리 가족은 양파맛 베이글을 좋아한다.

㉗ tủ trưng bày
뚜 쯩 바이
진열장

🞄 **관련 어휘** ···

❧ 음료 **nước giải khát** 느억 쟈이 캇 ❧ 녹차 **trà xanh** 짜 싸인 ❧ 홍차 **hồng trà** 홍 짜
❧ 허브차 **trà có mùi thơm** 짜 꼬 무이 텀 ❧ 과일 주스 **nước hoa quả** 느억 화 꾸아
❧ 스무디 **sinh tố** 시인 또

베트남에서는 사이즈를 이렇게 구분해요 ·····················

cỡ nhỏ
꺼 뇨
작은

cỡ vừa
꺼 브아
중간의

cỡ lớn
꺼 런
큰

cỡ đặc biệt
꺼 닷 비엣
특대의

TALK! TALK! ··

Chúc buổi sáng tốt lành. Tôi có thể đặt món được chứ?
쭉 부오이 상 똣 라인. 또이 꼬 테 닷 몬 드억 쯔?

Cho tôi một cốc cà phê đá được chứ?
쪼 또이 못 꼭 까 페 다 드억 쯔?

Bạn muốn cỡ loại nào?
반 무온 꺼 로아이 나오?

Xin cho tôi loại vừa.
씬 쪼 또이 로아이 브아.

좋은 아침입니다. 주문하시겠어요?
아이스 아메리카노 한 잔 주시겠어요?
사이즈는 뭘로 해 드릴까요?
보통으로 해 주세요.

TalkTalk Tip

Tôi đặt món cà phê latte nóng được chứ?
뜨거운 라테 주시겠어요?
bánh muffin blueberry 블루베리 머핀
kem phô mai và bánh mì vòng 크림치즈와 베이글

Xin chào.
Tôi sẽ giúp gì cho bạn?
안녕하세요. 무엇을 드릴까요?

Xin cho ly bia lớn.
Phải trả bao nhiêu?
라거 맥주로 주세요. 얼마 드려야 하나요?

❸ chai bia

❹ người phục vụ quay rượu

❻ rượu whisky

❺ lon bia

❼ khăn ăn

❽ đồ ăn nhẹ

❸ thùng phuy

❷ nhân viên phục vụ

❾ quán bar

⑪ phi tiêu

⑫ bia rót ở van

⑰ rượu cốc tai

⑬ phòng vệ sinh

⑲ máy hát tự động

⑬ đĩa đỡ cốc

⑱ say

⑭ bia tươi

⑮ không say rượu

⑯ khách

❶ rượu whisky
즈어우 위스키
위스키

❷ nhân viên phục vụ
년 비엔 푹 부
종업원

• Nhân viên phục vụ đang
nhận đặt món.
종업원이 주문을 받고 있다.

❸ thùng 통
통

phuy 배럴
피

❹ chai bia 병맥주
짜이 비아

• Anh ấy đã lấy chai bia trong tủ lạnh uống.
그는 냉장고에서 병맥주를 꺼내 마셨다.

❺ lon bia 캔맥주
론 비아

❻ người phục vụ quầy rượu
응으어이 푹 부 꾸어이 즈어우
바텐더

• Người phục vụ quầy rượu đến nhận đặt món.
바텐더가 주문을 받으러 왔다.

❼ khăn ăn 냅킨
칸 안

• Cô ấy ăn hamburger và lau
miệng bằng khăn ăn.
그녀는 햄버거를 먹고 냅킨으로
입을 닦았다.

⑧ đồ ăn nhẹ 스낵
도 안 내

🏷 đồ ăn nhẹ ở bar miễn phí
무료 바 스낵

⑨ quán bar 바
꾸안 바

● Trong quán bar có đa dạng chai bia và bia tươi.
바에는 다양한 생맥주와 병맥주가 있다.

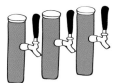

⑩ phi tiêu 다트
피 띠에우

⑪ bia rót ở van (꼭지에서 따른) 맥주
비아 좃 어 반

● Có loại bia nào?
맥주는 어떤 종류가 있나요?

⑫ phòng vệ sinh
퐁 베 시인
화장실

🏷 phòng vệ sinh công cộng 공중 화장실

⑬ đĩa đỡ cốc
디아 더 꼭
컵 받침

⑭ bia tươi 생맥주
비아 뜨어이

● Đến 7 giờ tối bia tươi chỉ nửa giá thôi.
생맥주가 저녁 일곱 시까지 반값이다.

⑮ không say rượu 술 취하지 않은
콩 사이 즈어우

● Chúng tôi sẽ nói vấn đề này khi bạn không say rượu.
우리는 당신이 술 취하지 않았을 때에 이 문제에 대해 이야기하겠어요.

⑯ khách 고객
카익

> khách quen
> 단골손님

⑰ rượu cốc tai 칵테일
즈어우 꼭 따이

- Cốc tai và rượu được cung cấp làm nước giải khát chào đón khách.
  손님들에게 환영 음료로 와인과 칵테일이 제공된다.

⑱ say 취하다
사이

- Tài xế tắc xi bị bắt giữ do nghi say rượu khi lái xe.
  그 택시 운전사는 음주운전 혐의로 체포되었다.

> lái xe khi say rượu 음주운전

⑲ máy hát tự động 주크박스
마이 핫 뜨 동

관련 어휘

- 숙취 dư vị say rượu 즈 비 사이 즈어우 ▹ 흡연 hút thuốc 훗 투옥
- 주류 các loại rượu 깍 로아이 즈어우
- 미성년자 음주 người vị thành niên uống rượu 응으어이 비 타인 니엔 우옹 즈어우
- 마지막 주문 đặt món lần cuối 닷 몬 런 꾸오이 ▹ 계산서 hóa đơn 호아 던
- 재떨이 gạt tàn thuốc 갓 딴 투옥 ▹ 나중에 계산하다 lát nữa thanh toán 랏 느아 타인 또안

60

이번 술은 내가 살게

Hôm nay tôi sẽ đãi.
오늘은 내가 한턱 낼게.

Thế à. Lần sau tôi sẽ đãi.
그래. 그럼 다음엔 내가 살게.

베트남에서는 **trước tiên là bia!**(쯔억 띠엔 라 비 아:우선 맥주요!)라는 말이 있을 정도로 식사할 때 나 술집을 찾았을 때 가장 먼저 맥주를 마셔요. 또, 우리와는 달리 상대방이 술잔을 다 비우지 않아도 **rót đầy chén rượu**(족 더이 짼 즈어우:술잔 가 득 따라 주는 것이) 예의랍니다.

🗣 안녕하세요. 무엇을 드릴까요?

🎤 라거 맥주로 주세요. 얼마 드려야 하나요?

🗣 24000동입니다.

🎤 여기 천 동이요. 잔돈은 됐습니다.

🗣 **Xin chào. Tôi sẽ giúp gì cho bạn?**
씬 짜오. 또이 새 줍 지 쪼 반?

🎤 **Xin cho ly bia lớn. Phải trả bao nhiêu?**
씬 쪼 리 비아 런. 파이 짜 바오 니에우?

🗣 **24000 đồng.**
하이 므어이 본 응인 동.

🎤 **Đây là 1000 đồng. Tiền còn thừa.**
더이 라 못 응안 동. 띠엔 꼰 트아.

TalkTalk Tip

Xin cho cốc vang đỏ.
레드 와인 한 잔 주세요.

Bia tươi 생맥주

Xin cho cô-ca-cô-la. 코카콜라 주세요.

DAY 10 운동 종목 은근히 많네!

❸ quả cầu lông

❷ vợt(bóng bàn)

🗣️ Bạn thích loại thể thao nào?
어떤 스포츠를 좋아하나요?

🎧 Tôi rất thích chơi tennis.
테니스 치는 것을 정말 좋아해요.

❹ cầu lông

❶ trượt tuyết

❺ bắn cung

❻ cung

❼ mũi tên

❽ cử tạ

❿ môn khúc côn cầu

⓫ gậy khúc côn cầu

❾ tập tạ

⓬ trượt băng

⓭ bóng bàn

⓮ bóng chày

62

⑮ khung thành
bóng rổ

⑰ mũ đội đầu

⑱ găng tay dùng cho
đánh quyền anh

⑯ bóng rổ

⑲ môn quyền anh

㉑ tennis

⑳ bóng đá

㉔ golf

㉒ lưới

㉓ bóng chuyền

② vợt(bóng bàn) 라켓
벗 (봉 반)

③ quả cầu lông 셔틀콕
꾸아 꺼우 롱

④ cầu lông 배드민턴
꺼우 롱

•Cô ấy là hội viên câu lạc bộ cầu lông.
그녀는 배드민턴 클럽의 회원이다.

① trượt tuyết 스키
쯔엇 뚜이엣

kì nghỉ trượt tuyết 스키 휴가

⑧ cử tạ 역기
끄 따

⑤ bắn cung 활쏘기
번 꿍

•Bắn cung là môn thể thao
dùng mũi tên và cung.
활쏘기는 활과 화살을 이용한
스포츠이다.

⑥ cung 활
꿍

⑨ tập tạ 역도
떱 따

⑦ mũi tên 화살
무이 뗀

giày tập tạ 역도 신발

⑪ gậy khúc côn cầu
거이 쿡 꼰 꺼우
하키 스틱

⑩ môn khúc côn cầu (아이스) 하키
몬 쿡 꼰 꺼우

vận động viên khúc côn cầu 하키 선수

⑫ trượt băng 스케이트
쯔엇 방

trượt băng 빙상 스케이트

⑬ bóng bàn 탁구
봉 반

đánh bóng bàn 탁구를 치다

⑭ bóng chày 야구
봉 짜이

người hâm mộ bóng chày
야구 팬

⑮ khung thành bóng rổ
쿵 타인 봉 조
농구 골대

⑯ bóng rổ 농구
봉 조

• Vận động viên bóng rổ chuyển việc đang chỉ đạo
đội trưởng trung học phổ thông.
전직 농구 선수가 고등학교 팀을 지도하고 있다.

⑰ mũ đội đầu 헤드기어
무 도이 더우

**⑱ găng tay dùng cho
đánh quyền anh**
강 따이 중 쪼 다인 꾸이엔 아인
복싱용 장갑

⑲ môn quyền anh 복싱
몬 꾸이엔 아인

trận đấu quyền anh 복싱 경기

⑳ bóng đá 축구
봉 다

• Tôi chơi bóng đá hai lần một tuần.
난 일주일에 두 번 축구를 한다.

㉑ tennis 테니스
테니스

áo khoác chơi tennis 테니스 코트

㉒ lưới 네트
르어이

㉓ bóng chuyền 배구
봉 쭈이엔

bóng chuyền kiểu ngồi 좌식 배구

㉔ golf 골프
골

một trận golf 골프 한 게임

관련 어휘

- 라크로스 bóng vợt 봉 벗 ❧ 수영 bơi lội 버이 로이 ❧ 스노보딩 trượt ván 쯔엇 반
- 체조 thể dục dụng cụ 테 죽 중 꾸 ❧ 레슬링 môn vật 몬 벗 ❧ 사격 bắn súng 반 숭
- 사이클 đua xe đạp 두아 쌔 답 ❧ 펜싱 đấu kiếm 더우 끼엠

야구 용어

- 투수 cầu thủ giao bóng 꺼우 투 쟈오 봉
- 포수 người bắt bóng 응으어이 밧 봉
- 타자 người đánh bóng 응으어이 다인 봉
- 1루수 người giữ chốt thứ 1 응으어이 즈 쫏 트 녓
- 2루수 người giữ chốt thứ 2 응으어이 즈 쫏 트 하이
- 3루수 người giữ chốt thứ 3 응으어이 즈 쫏 트 바
- 유격수 cầu thủ ở vị trí chặn ngắn 꺼우 투 어 비 찌 짠 응안
- 좌익수 cầu thủ giữ cánh trái 꺼우 투 즈 까인 짜이
- 중견수 người bắt bóng ở trung tâm 응으어이 밧 봉 어 쭝 떰
- 우익수 cầu thủ giữ cánh phải 꺼우 투 즈 까인 파이

미국에서 bóng đá(봉 다:풋볼)는 의미가 달라요

유럽에서 bóng đá는 일반적인 축구를 뜻하지만, 미국에서는 미식축구인 bóng đá Mỹ(봉 다 미:아메리칸풋볼)로 이해해요. 미국에서는 축구를 bóng đá(봉 다:사커)라고 해요.

bóng đá 축구
봉 다

bóng đá kiểu Mỹ 미식축구
봉 다 끼에우 미

TALK! TALK!

Bạn thích loại thể thao nào?
반 티익 로아이 테 타오 나오?

Tôi rất thích chơi tennis.
또이 젓 티익 쩌이 테니스.

Ngày mai chơi tennis chứ?
응아이 마이 쩌이 테니스 쯔?

Được.
드억.

어떤 스포츠를 좋아하나요?
테니스 치는 것을 정말 좋아해요.
내일 테니스 치실래요?
좋아요.

🐾 😊 Cuối tuần này sẽ làm gì?
이번 주말에 뭐 하실 건가요?

🧑 Dự định sẽ đi cắm
trại với các bạn.
Sẽ đi cùng chứ?
친구들과 캠핑 갈 예정이에요.
함께 가실래요?

❶ cắm trại

❷ leo vách đá

❸ leo núi

❹ võ thuật

❺ cưỡi ngựa

⑥ xe đạp leo núi

⑧ nhày dù nghệ thuật

⑦ trượt ván

⑩ súng trường

⑨ trượt patin

⑪ săn bắn
• đi săn

① đi bộ
• chạy bộ

⑫ dã ngoại

① cắm trại 캠핑
깜 짜이

② leo vách đá 암벽등반
래오 바익 다

- Họ đã cắm trại dã ngoại.
  그들은 야외에서 캠핑했다.

> du lịch cắm trại 캠핑 여행

> thám hiểm leo vách đá 암벽등반 탐험

③ leo núi 등산
래오 누이

④ võ thuật 무술
보 투엇

> chuyên gia võ thuật 무술 전문가

- Nơi này hoàn toàn là nơi leo núi.
  이곳은 등산하기에 완벽한 기지이다.

⑤ cưỡi ngựa 승마
끄어이 응으아

- Mỗi cuối tuần anh ấy thường cưỡi ngựa.
  그는 주말마다 말을 타러 가곤 했다.

⑥ xe đạp leo núi 산악자전거
쌔 답 래오 누이

- Tôi thích đi xe đạp leo núi.
  나는 산악자전거를 즐긴다.

⑦ trượt ván
쯔엇 반
스케이트보드

đại hội trượt ván
스케이트보드 대회

⑨ trượt patin
쯔엇 바띤
인라인 스케이팅

- Trượt patin là một phần sở
  thích của tôi.
  인라인 스케이팅은 내 즐거움의 한 부분이다.

⑧ nhảy dù nghệ thuật
냐이 주 응에 투엇
스카이다이빙

- Cô ấy mê nhảy dù nghệ thuật.
  그녀는 스카이다이빙에 빠졌다.

⑩ súng trường 장총
숭 쯔어

⑪ săn bắn 사냥
산 반
đi săn 헌팅
디 산

địa điểm săn bắn 사냥터

⑫ đi bộ 조깅
디 보

| chạy bộ 런닝
짜이 보

⑬ dã ngoại 소풍
야 응오아이

giày đi bộ 조깅화

đi dã ngoại 소풍을 가다

관련 어휘

수상 스포츠 thể thao dưới nước

- 보트 **thuyền** 투이엔 ▪ 카누 **ca-nô** 까노 ▪ 조정 **chèo thuyền** 째오 투이엔
- 카야킹 **chèo thuyền kayak** 째오 투이엔
- 래프팅 **chèo thuyền phao vượt suối** 째오 투이엔 파오 브엇 수오이
- 스노클링 **bơi một ống thở** 버이 못 옹 터 ▪ 낚시 **câu cá** 꺼우 까
- 스쿠버 다이빙 **lặn dùng bình dưỡng khí** 란 중 비인 즈엉 키
- 서핑 **lướt sóng** 르엇 송 ▪ 윈드서핑 **lướt ván buồm** 르엇 반 부옴 ▪ 수상스키 **lướt nước** 르엇 느억

동계올림픽 종목

- 봅슬레이 **xe trượt băng** 쌔 쯔엇 방 ▪ 컬링 **bi đá trên băng** 비 다 쩬 방
- 피겨 스케이팅 **trượt băng nghệ thuật** 쯔엇 방 응에 투엇
- 루지 **xe trượt băng một chỗ** 쌔 쯔엇 방 못 쪼
- 크로스컨트리 스키 **trượt tuyết băng đồng** 쯔엇 뚜이엣 방 동
- 스키점프 **trượt dốc** 쯔엇 족 ▪ 스피드 스케이팅 **trượt băng tốc độ** 쯔엇 방 똑 도

1. Khi hoạt động dã ngoại, an toàn ưu tiên hàng đầu!
키 호앗 동 자 응오아이, 안 또안 으우 띠엔 항 더우!
야외활동을 할 때는 안전이 최우선!

2. Xin thận trọng hành động quá sức vượt qua giới hạn bản thân.
씬 턴 쫑 하인 동 꾸아 슥 브엇 꾸아 져이 한 반 턴.
자신의 한계를 뛰어넘는 무리한 행동은 삼가세요.

3. Xin mang theo hộp sơ cứu. 응급처치 상자를 가져가세요.
씬 망 태오 홉 서 끄우.

4. Xin chuẩn bị trang bị bảo hộ. 보호 장비를 갖추세요.
씬 쭈언 비 짱 비 바오 호.

5. Các thiết bị cần chuẩn bị ở trạng thái thật tốt.
깍 티엣 비 껀 쭈언 비 어 짱 타이 텃 똣.
장비들은 모두 양호한 상태로 준비해 둬야 합니다.

6. Xin bổ sung hơi nước. 수분을 보충해 주세요.
씬 보 숭 허이 느억.

TALK! TALK!

👤 Cuối tuần này sẽ làm gì?
꾸오이 뚜언 나이 새 람 지?

🧑 Dự định sẽ đi cắm trại với các bạn. Sẽ đi cùng chú?
즈 딘 새 디 깜 짜이 버이 깍 반. 새 디 꿍 쯔?

👤 Tất nhiên. Sẽ mang theo gì được nào?
떳 니엔. 새 망 태오 지 드억 나오?

🧑 Buổi tối trời sẽ lạnh. Xin mang theo áo ấm.
부오이 또이 쩌이 새 라인. 씬 망 태오 아오 엄.

👤 이번 주말에 뭐 하실 건가요?
🧑 친구들과 캠핑 갈 예정이에요. 함께 가실래요?
👤 물론이죠. 뭘 가져가면 될까요?
🧑 밤에 추울 거예요. 따뜻한 재킷을 가져오세요.

TalkTalk Tip
Dự định sẽ leo vách đá với các bạn.
친구들과 암벽등반 갈 예정입니다.
Sẽ cưỡi ngựa 승마하러 갈
Sẽ đi xe đạp leo núi 산악자전거 탈

❶ đọc sách
• xem sách

🗨️ Làm gì khi có thời gian?
시간이 날 때 무엇을 하나요?

Sử dụng mạng xã hội. Bạn thế nào?
SNS를 합니다. 당신은 어때요?

❷ nhảy

❹ điện thoại cầm tay

❺ sử dụng mạng xã hội

❸ chơi game vi tính

❼ biểu diễn nhạc khí

❽ hát

❻ truy cập internet

❾ chụp ảnh

⑩ xem ti vi
• xem truyền hình

⑮ giá treo

⑯ cọ

⑪ muỗng múc canh

⑫ cái xẻng

⑭ nghe nhạc

⑰ vẽ tranh
• bức tranh

⑬ nấu ăn

⑱ xem phim

⑲ đi mua sắm

1 đọc sách 책 읽기
독 싸익
xem sách 독서
쌤 싸익
● Đọc sách rất có ích .
책 읽기는 도움이 많이 된다.

2 nhảy 춤추기
냐이

giờ học múa 무용 수업

4 điện thoại cầm tay
디엔 토아이 껌 따이
핸드폰

5 sử dụng mạng xã hội
스 중 망 싸 호이
SNS 하기

3 chơi game vi tính
쩌이 게임 비 띠인
컴퓨터 게임 하기

7 biểu diễn nhạc khí
비에우 지엔 냑 키
악기 연주하기

● Sở thích của tôi là đánh piano.
내 취미는 피아노 치는 것이다.

6 truy cập internet
쮜 껍 인터넷
인터넷 검색하기

8 hát 노래하기
핫
● Cô ấy có giọng hát hay.
그녀는 아름다운 목소리를 가졌다.

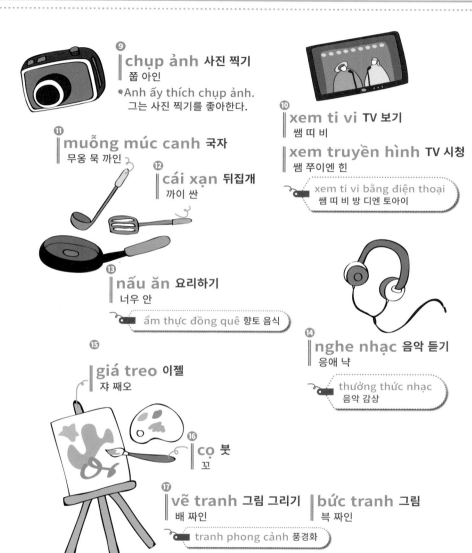

⑨ **chụp ảnh** 사진 찍기
쭙 아인
• Anh ấy thích chụp ảnh.
그는 사진 찍기를 좋아한다.

⑩ **xem ti vi** TV 보기
쌤 띠 비

xem truyền hình TV 시청
쌤 쭈이엔 힌

xem ti vi bằng điện thoại
쌤 띠 비 방 디엔 토아이

⑪ **muỗng múc canh** 국자
무옹 묵 까인

⑫ **cái xạn** 뒤집개
까이 싼

⑬ **nấu ăn** 요리하기
너우 안

ẩm thực đồng quê 향토 음식

⑭ **nghe nhạc** 음악 듣기
응애 냑

thưởng thức nhạc
음악 감상

⑮ **giá treo** 이젤
쟈 째오

⑯ **cọ** 붓
꼬

⑰ **vẽ tranh** 그림 그리기
배 짜인

bức tranh 그림
븍 짜인

tranh phong cảnh 풍경화

⑱ xem phim 영화 보기
쌤 핌

⑲ đi mua sắm 쇼핑하기
디 무아 삼

관련 어휘

- 바느질 **việc khâu vá** 비엑 커우 바 ◦ 뜨개질 **việc đan** 비엑 단 ◦ 코바늘 뜨개질 **kim đan** 낌 단
- 소묘 **tranh vẽ bằng bút chì** 짜인 배 방 붓 찌 ◦ 정원 가꾸기 **cắt tỉa vườn** 깟 띠아 브언
- 목공예 **đồ gỗ mỹ nghệ** 도 고 미 응에 ◦ 종이접기 **gấp giấy** 겁 져이
- 도자기 만들기 **làm đồ gốm** 람 도 곰 ◦ 우표 수집 **sưu tập tem** 스우 떱 땜
- 동전 수집 **sưu tập tiền xu** 스우 떱 띠엔 쑤 ◦ 모형 만들기 **làm mô hình** 람 모 히인
- 친구와 시간 보내기 **dành thời gian với bạn** 자인 터이 쟌 버이 반
- 가족과 시간 보내기 **dành thời gian với gia đình** 자인 터이 쟌 버이 쟈 디인

책 읽기

- 만화책 읽기 **đọc truyện tranh** 독 쭈이엔 짜인
- 시 읽기 **đọc thơ** 독 터
- 소설 읽기 **đọc tiểu thuyết** 독 띠에우 투이엣
- 공상과학소설 읽기 **đọc tiểu thuyết khoa học viễn tưởng** 독 띠에우 투이엣 코아 혹 비엔 뜨엉
- 잡지 읽기 **đọc tạp chí** 독 땁 찌
- 추리소설 읽기 **đọc tiểu thuyết trinh thám** 독 띠에우 투이엣 찌인 탐

게임 하기

- 보드게임 하기 **chơi boardgame** 쪼 쩌이 보드게임
- 체스 하기 **cờ vua** 꺼 부아
- 비디오 게임 하기 **chơi game video** 쩌이 게임 비디오
- 주사위 놀이 하기 **chơi súc sắc** 쩌이 숙 삭
- 카드 놀이 하기 **chơi bài** 쩌이 바이

SNS(Social Networking Services) 소셜 네트워킹 서비스

SNS(에스앤에스)는 온라인상에서 공통의 관심사를 갖는 개인이 관계를 맺을 수 있는 서비스로 mạng xã hội(망 싸 호이:소셜 미디어)라고도 해요.

Facebook
페이스북

You Tube
YouTube
유튜브

Instagram
인스타그램

twitter
Twitter
트위터

🗣️ Làm gì khi có thời gian?
람 지 키 꼬 터이 쟌?

😀 Sử dụng mạng xã hội. Bạn thế nào?
스 중 망 싸 호이. 반 테 나오?

🗣️ Tôi thích xem phim.
또이 티익 쌤 핌.

😀 Thế thì sau này cùng đi xem phim.
테 티 사우 나이 꿍 디 쌤 핌.

🗣️ 시간이 날 때 무엇을 하나요?

😀 SNS를 합니다. 당신은 어때요?

🗣️ 영화 보는 것을 좋아해요.

😀 그렇다면 나중에 영화 보러 같이 가요.

TalkTalk Tip

Tôi thích nấu ăn.
요리하는 것을 좋아해요.
Đọc sách 책 읽는
Đánh ghi ta 기타 치는

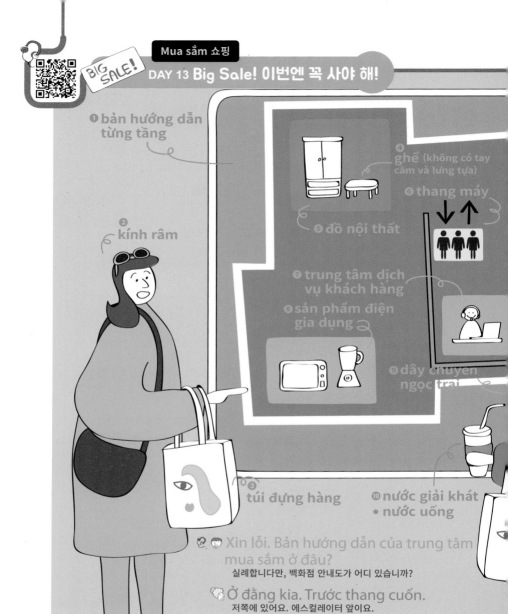

DAY 13 Big Sale! 이번엔 꼭 사야 해!

❶ **bản hướng dẫn từng tầng**

❹ **ghế** (không có tay cầm và lưng tựa)

❺ **thang máy**

❷ **kính râm**

❻ **đồ nội thất**

❼ **trung tâm dịch vụ khách hàng**

❽ **sản phẩm điện gia dụng**

❾ **dây chuyền ngọc trai**

❸ **túi đựng hàng**

❿ **nước giải khát • nước uống**

💬 Xin lỗi. Bản hướng dẫn của trung tâm mua sắm ở đâu?
실례합니다만, 백화점 안내도가 어디 있습니까?

💬 Ở đằng kia. Trước thang cuốn.
저쪽에 있어요. 에스컬레이터 앞이요.

80

⑪ quán ăn nhanh

⑫ thang cuốn

⑬ đài phun nước

⑭ trang phục nam

⑮ trang phục nữ

⑯ trang phục trẻ em

⑰ cái chảo

⑱ dụng cụ nhà bếp

⑲ cái mũ

⑳ gian hàng gói quà

❶ bản hướng dẫn từng tầng 층별 안내도
반 흐엉 전 뜽 떵

- Chúng ta phải tìm bản hướng dẫn từng tầng.
  우리는 층별 안내도를 찾아야 한다.

❷ kính râm 선글라스
끼인 점

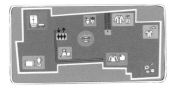

❹ ghế (không có tay cầm và lưng tựa)
게 (콩 꼬 따이 껌 바 릉 뜨아)
(등받이와 팔걸이가 없는) 의자

❺ đồ nội thất 가구
도 노이 텃

- Gian hàng đồ nội thất chúng ta là trong số gian hàng
  lớn nhất nội thành.
  우리 가구 코너는 시내에서 가장 큰 가구점 중 하나다.

một gian hàng đồ nội thất 가구 한 점

❸ túi đựng hàng
뚜이 등 항
쇼핑백

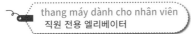

❻ thang máy
탕 마이
엘리베이터

- Chúng tôi đi thang máy
  để lên tầng 15.
  우리는 15층을 가기 위해서
  엘리베이터를 탔다.

thang máy dành cho nhân viên
직원 전용 엘리베이터

❼ trung tâm dịch vụ khách hàng
쭝 떰 지익 부 카익 항
고객서비스센터

- Trung tâm dịch vụ khách hàng ở tầng 2.
  고객서비스센터는 2층입니다.

⑧ sản phẩm điện gia dụng
산 펌 디엔 쟈 중
가전제품

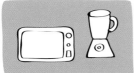

⑨ dây chuyền ngọc trai
저이 쮸이엔 응옥 짜이
진주 목걸이

⑩ nước giải khát 음료
느억 쟈이 캇
nước uống
느억 우옹
마실 것

⑪ quán ăn nhanh 스낵바
꾸안 안 냐인

• Bây giờ có thể kết nối mạng
ở quán ăn nhanh.
이제 스낵바에서 인터넷을 접속할
수 있습니다.

⑫ đài phun nước 분수
다이 푼 느억

đài phun nước ngoài trời 야외 분수

⑬ thang cuốn
탕 꾸온
에스컬레이터

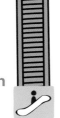

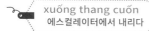
xuống thang cuốn
에스컬레이터에서 내리다

⑭ trang phục nam 남성복
짱 푹 남

làm việc ở tiệm trang phục nam
남성복 매장에서 일하다

⑮ trang phục trẻ em 아동복
짱 푹 째 앰

- Gian hàng trang phục trẻ em của trung tâm mua sắm chúng tôi đang cung cấp y phục đa dạng và giá cả hợp lí.
우리 백화점 아동복 코너는 합리적인 가격의 다양한 의류를 제공하고 있습니다.

> trang phục trẻ em giá rẻ 저렴한 아동복

⑯ trang phục nữ 여성복
짱 푹 느

- Xin đến xem thời trang thịnh hành nhất ở gian hàng trang phục nữ của trung tâm mua sắm chúng tôi.
우리 백화점 여성복 코너에서 최신 유행하는 패션을 찾아 보세요.

⑰ cái chảo 프라이팬
까이 짜오

⑱ dụng cụ nhà bếp
중 꾸 냐 벱
주방용품

⑲ cái mũ 모자
까이 무

> nhà thiết kế Ý thiết kế dụng cụ nhà bếp
이탈리아 디자이너가 디자인한 주방용품

⑳ gian hàng gói quà 선물포장 코너
쟌 항 고이 꾸아

- Xin cho biết gian hàng gói quà ở đâu không?
선물포장 코너가 어디 있는지 말씀해 주시겠습니까?

관련 어휘

- 보석 코너 gian hàng đá quý 쟌 항 다 꾸이 ▸ 향수 코너 gian hàng nước hoa 쟌 항 느억 호아
- 남자화장실 phòng vệ sinh nam 퐁 베 시인 남 ▸ 여자화장실 phòng vệ sinh nữ 퐁 베 시인 느
- 주차장 bãi đỗ xe 바이 도 쌔

미국의 놓치면 아까운 파격적 세일 시즌을 베트남어로!

Black Friday 블랙 프라이데이 : **Thứ Sáu Đen** 트 사우 댄
미국에서 추수감사절 다음 날인 금요일로, 1년 중 가장 큰 폭의 세일 시즌이 시작되는 날이에요.

Cyber Monday 사이버 먼데이 : **Thứ Hai Điện Tử** 트 하이 디엔 뜨
미국에서 추수감사절 연휴 이후의 첫 월요일을 말해요. 연중 가장 큰 소비 시즌 중 하나인 블랙 프라이데이
할인행사 다음으로 이어지는 이 날은 온라인 쇼핑 업체들이 집중적으로 할인행사를 해요.

Boxing day 박싱 데이 : **Ngày tặng quà** 응아이 땅 꾸아
캐나다에서 크리스마스 다음 날인 12월 26일을 가리키는 말로 파격적 할인가로 제품을 판매하는 크리스마스
전후의 쇼핑 시즌을 지칭해요.

TALK! TALK!

😊 Xin lỗi. Bản hướng dẫn của trung tâm mua sắm ở đâu?
씬 로이. 반 흐엉 전 꾸아 쭝 떰 무아 삼 어 더우?

😎 Ở đằng kia. Trước thang cuốn.
어 당 끼아. 쯔억 탕 꾸온.

😊 À, cảm ơn.
아, 깜 언.

😎 Không có chi.
콩 꼬 찌.

😊 실례합니다만, 백화점 안내도가 어디 있습니까?
😎 저쪽에 있어요, 에스컬레이터 앞이요.
😊 오, 감사합니다.
😎 천만에요.

> **TalkTalk Tip**
>
> **Xin lỗi. Phòng vệ sinh nam ở đâu?**
> 실례합니다만, 남자화장실이 어디인가요?
> **thư viện** 도서관
> **bãi đỗ xe** 주차장

Mua sắm 쇼핑

DAY 14 생각 없이 가면 후회하는 그곳_Supermarket

An ơi, thực phẩm sữa ở đâu?
안아, 유제품이 어디 있지?

Có trong gian hàng thực phẩm đông lạnh giữa số 7 và số 8.
7번과 8번 사이 냉장 식품 코너에 있어.

❶ hải sản
• thức ăn biển

❷ gia cầm và thịt

❹ thực phẩm ăn liền

❸ gian hàng

❺ tiệm bánh
• cửa hàng bánh

❻ người tiêu dùng

❼ giỏ đi chợ
• xe kéo

❽ quầy tính tiền

⑩ gian hàng thực phẩm đông đá

⑪ gian hàng thực phẩm đông lạnh

dược sĩ ⑫

⑬ nhà thuốc

⑮ nhân viên

⑭ xe kéo mua sắm

⑯ gian hàng nông sản

⑨ nhân viên tính tiền

⑰ quầy tính tiền nhanh

❶ hải sản 해산물
하이 산

thức ăn biển 시푸드
특 안 비엔

> nấu món hải sản 해산물 요리

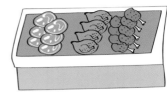

❷ gia cầm và thịt 육류와 가금류
쟈 껌 바 팃

- Gian hàng thịt và gia cầm ở đâu?
  육류와 가금류 코너가 어디 있나요?

❹ thực phẩm ăn liền 조리 식품
특 펌 안 리엔

- Người đàn ông đó làm việc ở quán
  thực phẩm ăn liền.
  그 남자는 조리 식품 판매점에서 일한다.

❸ gian hàng 코너
쟌 항

- Anh ấy đã đi đến gian hàng
  thực phẩm đồ hộp.
  그는 통조림 식품 코너로 갔다.

❺ tiệm bánh 빵집
띠엠 바인

cửa hàng bánh
끄아 항 바인
베이커리

❻ người tiêu dùng 소비자
응으어이 띠에우 중

- Để giảm chi phí, nhiều người tiêu
  dùng sử dụng phiếu mua hàng.
  많은 소비자들이 비용을 줄이기 위해서 쿠폰
  을 사용한다.

> lôi kéo người tiêu dùng
> 소비자를 끌어들이다

❼ giỏ đi chợ 장바구니
죠 디 쩌

xe kéo 카트
쌔 깨오

- Xin vui lòng đưa cho tôi giỏ đi chợ
  được không?
  장바구니 좀 가져다주시겠어요?

> xách giỏ đi chợ 장바구니를 들다

⑧ quầy tính tiền 계산대
꾸어이 띠인 띠엔

* Dãy hàng chờ tính tiền ở quầy dài.
계산대에 계산하려는 줄이 길다.

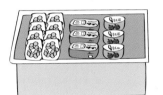

⑨ nhân viên tính tiền 계산원
년 비엔 띠인 띠엔

* Nhân viên tính tiền đã nhận thẻ của tôi.
계산원이 내 카드를 받았다.

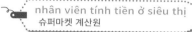
nhân viên tính tiền ở siêu thị
슈퍼마켓 계산원

⑩ gian hàng thực phẩm đông đá
쟌 항 특 펌 동 다
냉동 식품 코너

xem lướt qua gian hàng thực phẩm đông lạnh
냉동 식품 코너를 훑어보다

⑫ dược sĩ 약사
즈억 시

⑪ gian hàng thực phẩm đông lạnh
쟌 항 특 펌 동 라인
냉장 식품 코너

* Thực phẩm làm từ sữa có trong gian hàng thực phẩm đông lạnh
유제품은 냉장 식품 코너에 있습니다.

⑬ nhà thuốc 약국
냐 투옥

* Cần có toa thuốc khi đến nhà thuốc.
약국에 들러서 처방약을 가져가야 한다.

⑭ xe kéo mua sắm 쇼핑 카트
쌔 깨오 무아 삼

* Có nhiều thức ăn trong xe kéo mua sắm.
쇼핑 카트에 식료품이 잔뜩 들어 있습니다.

⑯ gian hàng nông sản 농산품 코너
잔 항 농 산

- Đến khu vực nông trại hoa quả và rau có gian hàng nông sản.
농산품 코너에 있는 채소와 과일은 지역 농장에서 온다.

> gian hàng nông sản tươi
> 신선한 농산품 코너

⑮ nhân viên 점원
년 비엔

- Nhân viên đã giúp tôi sắp xếp đồ đạc.
점원이 내가 짐을 챙기는 것을 도와주었다.

⑰ quầy tính tiền nhanh
꾸어이 띠인 띠엔 냐인
빠른 계산대

🔊 **관련 어휘** ∙∙∙

- 계산대 줄 dãy hàng tính tiền 자이 항 띠인 띠엔 ˢ 저울 cái cân 까이 껀
- 스캐너 máy scan 마이 스캔 ˢ 음료 코너 gian hàng nước giải khát 잔 항 느억 쟈이 캇
- 감자 한 봉지 một túi khoai tây 못 뚜이 코아이 떠이 ˢ 옥수수 통조림 한 통 một hộp ngô 못 홉 응오
- 피클 한 병 một lọ dưa chuột 못 로 즈아 쭈옷 ˢ 치즈 한 봉지 một túi pho mát 못 뚜이 포 맛
- 케첩 한 병 một lọ sốt cà 못 로 솟 까 ˢ 우유 한 통 một thùng sữa 못 퉁 스아
- 빵 한 덩이 một ổ bánh 못 오 바인

90

식료품을 쇼핑할 때 사용하는 가방의 종류

túi vải 에코백
뚜이 바이
재사용할 수 있는 túi bằng vải, túi vải(뚜이 방 바이, 뚜이 바이)를 직접 가지고 다니면서
일회용 봉지 구입 비용도 아끼고 환경 보호에도 동참해 보세요.

túi giấy 종이봉투 또는 **túi ni lông** 비닐봉지
뚜이 저이　　　　　　　　　　뚜이 니 롱
슈퍼마켓에서 종이봉투나 비닐봉지를 구매할 수도 있지만 종이봉투와
비닐봉지 모두 ô nhiễm môi trường(오 니엠 모이 쯔엉)의 주범이 될 수 있어요.

An ơi, thực phẩm sữa ở đâu?
안 어이, 특 펌 스아 어 더우?

Có trong gian hàng thực phẩm đông lạnh giữa số 7 và số 8.
꼬 쫑 쟌 항 특 펌 동 라인 즈아 소 바이 바 소 땀.

Tôi hiểu. Thế gặp nhau ở quầy tính tiền nhé!
또이 히에우. 테 갑 냐우 어 꾸어이 띠인 띠엔 녜!

Được rồi. Gặp nhau ở đó.
드억 조이. 갑 냐우 어 도.

🔊 안아, 유제품이 어디 있지?
🔊 7번과 8번 사이 냉장 식품 코너에 있어.
🔊 알았어. 그럼 계산대에서 만나자.
🔊 그래. 거기서 봐.

TalkTalk Tip

Có gian hàng đông lạnh. 냉동 코너에 있어.
gian hàng bánh 제과 코너
gian hàng nông sản 농산품 코너

Có thể mua đào và blueberry chứ?
블루베리와 복숭아 살 수 있나요?

Đương nhiên rồi. Có đây. Cần thêm gì không ?
물론이죠, 여기 있습니다. 다른 건요?

① biển chỉ dẫn

fresh

③ táo

④ xoài

⑤ dưa lưới

⑥ bưởi

⑦ chanh

⑧ cam

② túi vải

⑩khóm

⑨lê

⑫quả cherry

⑬dưa hấu

⑭hạt

⑪blueberry

⑰đào

⑮chanh

⑯quả kiwi

㉑hồng

⑱dâu tây

⑳quả quýt

⑲nho

㉒kệ trưng bày

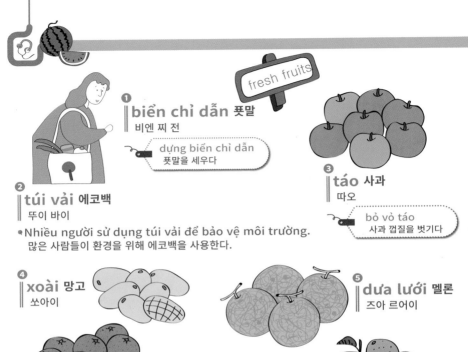

fresh fruits

❶ biển chỉ dẫn 푯말
비엔 찌 전

dựng biển chỉ dẫn
푯말을 세우다

❸ táo 사과
따오

bỏ vỏ táo
사과 껍질을 벗기다

❷ túi vải 에코백
뚜이 바이

•Nhiều người sử dụng túi vải để bảo vệ môi trường.
많은 사람들이 환경을 위해 에코백을 사용한다.

❹ xoài 망고
쏘아이

❺ dưa lưới 멜론
즈아 르어이

❻ bưởi 자몽
브어이

❼ chanh 라임
짜인

một ly sinh tố bưởi
자몽 주스 한 잔

•Vỏ chanh được sử dụng khi
nấu ăn để thơm hơn.
라임 껍질은 요리할 때 향을 더하기 위해 사용된다.

❽ cam 오렌지
깜

❾ lê 배
레

•Xin uống sinh tố cam khi bị cảm.
감기에 걸렸을 때 오렌지 주스를 마셔 보세요.

•Lê này ngọt và nhiều nước.
이 배는 달고 과즙이 풍부하다.

vỏ cam 오렌지 껍질

⑩ **khóm** 파인애플
콤

- Khóm giúp tiêu hóa tốt.
  파인애플은 소화를 돕는다.

khóm hộp 파인애플 통조림

⑪ **blueberry** 블루베리
블루베리

rổ blueberry
블루베리 한 바구니

⑫ **quả cherry** 체리
꾸아 체리

- Quả cherry ít năng lượng, nhiều chất
  xơ và đầy dinh dưỡng.
  체리는 칼로리가 낮고, 섬유질이 많으며 영양소
  가 가득 차 있다.

⑬ **dưa hấu** 수박
즈아 허우

- Tôi thích dưa hấu.
  내가 좋아하는 과일은 수박이다.

⑭ **hạt** 씨
핫

⑮ **chanh** 레몬
짜인

- Vị chua thường có trong cam
  và chanh.
  신맛은 일반적으로 오렌지나 레몬 같은
  과일에서 찾을 수 있다.

vắt chanh 레몬을 짜다

⑯ **quả kiwi** 키위
꾸아 키위

⑰ đào 복숭아
다오

🏷 một lát đào 복숭아 슬라이스

⑱ dâu tây 딸기
저우 떠이

● Dâu tây trên giá nhìn có vẻ tươi.
선반 위에 딸기가 신선해 보인다.

⑲ nho 포도
뇨

🏷 chùm nho 포도 한 송이

⑳ quả quýt 귤
꾸아 꾸잇

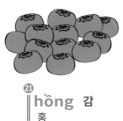

㉑ hồng 감
홍

㉒ kệ trưng bày 진열대
께 쯩 바이

● Đa dạng đồ vật được đặt trên kệ.
다양한 물건들이 진열대에 놓여 있다.

관련 어휘　· ·

❧ 자두 quả mận 꾸아 먼 ❧ 살구 quả mơ 꾸아 머 ❧ 무화과 quả vả 꾸아 바 ❧ 건포도 nho khô 뇨 코
❧ 견과류 các loại hạt 깍 로아이 핫 ❧ 라즈베리 quả mâm xôi 꾸아 멈 쏘이 ❧ 바나나 chuối 쭈오이
❧ 코코넛 quả dừa 꾸아 즈아 ❧ 아보카도 quả bơ 꾸아 버 ❧ 파파야 đu đủ 두 두
❧ 석류 quả lựu 꾸아 르우

sầu riêng 사우 지엥 **두리안**

특히 '과일의 왕'이라고 불리는 두리안은 맛이 달콤하고 영양가가 풍부하지만 암모니아 냄새 때문에 호불호가 확실히 갈리는 과일이에요.

🐵 Có thể mua đào và blueberry chứ?
꼬 테 무아 도아 바 블루베리 쯔?

🐷 Đương nhiên rồi. Có đây. Cần thêm gì không ?
드엉 니엔 조이. 꼬 더이. 껀 템 지 콩?

🐵 Xoài này bao nhiêu tiền?
쏘아이 나이 바오 니에우 띠엔?

🐷 20000 đồng một quả.
하이 므어이 응인 동 못 꾸아.

🐵 Thế à, xin cho hai quả.
테 아, 씬 쪼 하이 꾸아.

🐵 블루베리와 복숭아 살 수 있나요?
🐷 물론이죠, 여기 있습니다. 다른 건요?
🐵 이 망고는 얼마예요?
🐷 개당 20000동이에요.
🐵 그럼, 두 개 주세요.

> **TalkTalk** Tip
>
> **Có thể mua** táo **chứ?** 사과 살 수 있나요?
>   các loại hạt 견과류
>   hồng 감
> **Cam** này bao nhiêu tiền? 이 오렌지는 얼마예요?
> Nho kia 저 포도는
> Cái đó 그것은

Tôi muốn ăn bít tết với cà tím nướng.
난 스테이크와 함께 구운 가지가 먹고 싶은데.

Ừ, hãy ăn như thế.
응, 그렇게 해.

❶ bông cải

❷ cải thảo

❸ cà rốt

❹ cà tím

❺ măng tây

❻ cải xà lách

⑥ súp lơ trắng
⑩ bí
⑦ cần tây
⑨ ngô
⑪ củ cải
⑫ khoai tây
⑬ khoai lang
⑭ rau mùi tây
⑯ đậu Hà lan
⑰ hành
⑮ cà chua
⑱ củ hành
⑲ tỏi
⑳ dưa chuột
㉑ nấm
㉒ xe kéo mua sắm

① bông cải 브로콜리
봉 까이

② cải thảo 양배추
까이 타오

● Xin luộc hay hấp cải thảo cho đến mềm.
양배추가 부드러워질 때까지 찌거나 삶으세요.

④ cà tím 가지
까 띰

● Vỏ cà tím chứa nhiều dinh dưỡng tốt.
가지 껍질에는 좋은 영양소가 듬뿍 들어 있다.

③ cà rốt 당근
까 좃

⑤ măng tây 아스파라거스
망 떠이

⑥ cải xà lách 양상추
까이 싸 라익

● Xin đặt hai lá xà lách lên bánh.
빵 위에 양상추 두 장을 올려 놓으세요.

> cải xà lách đã thái 잘게 썬 양상추

⑦ cần tây 셀러리
껀 떠이

● Anh ấy thái một ít cần tây và mang ra cùng với nước sốt.
그는 셀러리 여러 개를 썰어서 소스와 함께 내왔다.

⑨ ngô 옥수수
응오

vỏ ngô 옥수수 껍질

⑧ súp lơ trắng 콜리플라워
숩 러 짱

⑪ củ cải 무
꾸 까이

⑩ bí 호박
비

• Bí được xem là thứ để giảm cân tốt.
호박은 체중을 감소시키는 것으로 잘 알려져 있다.

⑫ khoai tây 감자
코아이 떠이

 một túi khoai tây 감자 한 봉지

⑬ khoai lang 고구마
코아이 랑

• Khoai lang có cảm giác mềm ngọt khi nhai.
고구마는 식감이 부드럽고 달콤한 맛이 난다.

khoai lang nướng 군고구마

⑮ cà chua 토마토
까 쭈아

• Tôi thích trên pizza có để cà chua tươi.
나는 피자 위에 신선한 토마토가 올려진 것을 좋아한다.

⑭ rau mùi tây 파슬리
자우 무이 떠이

• Rau mùi tây thường để trang trí.
파슬리는 주로 장식용으로 쓰인다.

cà chua chín mọng 잘 익은 토마토
cà chua hư 상한 토마토

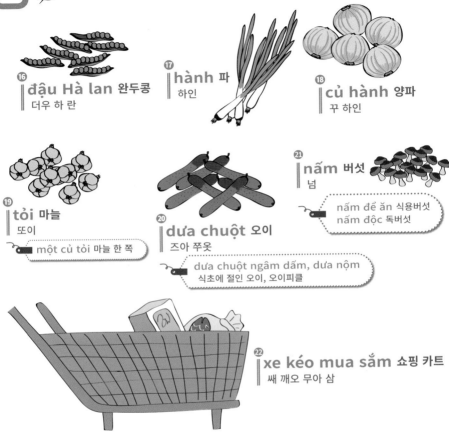

⑯ đậu Hà lan 완두콩
더우 하 란

⑰ hành 파
하인

⑱ củ hành 양파
꾸 하인

⑲ tỏi 마늘
또이

một củ tỏi 마늘 한 쪽

⑳ dưa chuột 오이
즈아 쭈옷

dưa chuột ngâm dấm, dưa nộm
식초에 절인 오이, 오이피클

㉑ nấm 버섯
넘

nấm để ăn 식용버섯
nấm độc 독버섯

㉒ xe kéo mua sắm 쇼핑 카트
쌔 깨오 무아 삼

관련 어휘

❥ 강낭콩 **đậu ván** 더우 반 ❥ 순무 **su hào** 수 하오 ❥ 시금치 **cải bó xôi** 까이 보 쏘이
❥ 초록 피망 **ớt tây xanh** 엇 떠이 싸인 ❥ 빨간 피망 **ớt tây đỏ** 엇 떠이 도 ❥ 부추 **hẹ** 해
❥ 우엉 **ngưu bàng** 응으우 방 ❥ 연근 **củ sen** 꾸 샌

채식주의자의 유형

ăn chay có sữa trứng(안 짜이 꼬 스아 쯩:락토 오보 채식)은 고기는 먹지 않고 동물의 알, 유제품은 먹는 채식주의자로 가장 일반적 유형이에요. 그밖에 해산물, 동물의 알, 유제품을 먹는 ăn chay có hải sản(안 짜이 꼬 하이 산:페스코 채식), 붉은 살코기는 먹지 않고 조류, 해산물, 동물의 알, 유제품을 먹는 ăn chay có thịt gia cầm(안 짜이 꼬 팃 자 껌:폴로 채식), 채식을 하면서도 경우에 따라 고기나 해산물을 먹는 ăn chay linh hoạt(안 짜이 린 호앗:플렉시테리안)이 있어요.

ăn chay có rau 비건 채식
안 짜이 꼬 자우
완전히 식물성 식품만 먹는
채식주의자

ăn chay có sữa 락토 채식
안 짜이 꼬 스아
육류와 생선, 동물의 알을 먹지 않고 유제품과 꿀 등은 먹는 채식주의자

ăn chay có trứng 오보 채식
안 짜이 꼬 쯩
육류와 생선은 먹지 않지만
동물의 알은 먹는 채식주의자

🐑 Tôi muốn ăn bít tết với cà tím nướng.
또이 무온 안 빗 뗏 버이 까 띰 느엉.

🐷 Ừ, hãy ăn như thế.
으, 하이 안 느 테.

🐑 Bạn thế nào?
반 테 나오?

🐷 Tôi ăn khoai tây nghiền.
또이 암 코아이 떠이 응이엔.

🐑 난 스테이크와 함께 구운 가지가 먹고 싶은데.
🐷 응, 그렇게 해.
🐑 당신은요?
🐷 난 매시트포테이토로 할게.

> **TalkTalk** Tip
> **Tôi muốn ăn bít tết với cà rốt luộc.**
> 난 스테이크와 함께 삶은 당근이 먹고 싶은데.
> **khoai tây nướng** 통감자 구이
> **cơm chiên** 볶음밥

🗣️ Buổi tối ăn thịt bò hay thịt gà?
저녁으로 소고기가 좋을까, 닭고기가 좋을까?

Tôi thích thịt bò. Bạn thế nào?
소고기가 좋아. 넌 어때?

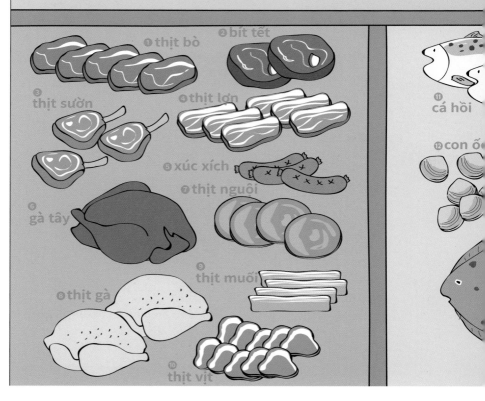

❶ thịt bò
❷ bít tết
❸ thịt sườn
❹ thịt lợn
❺ xúc xích
❻ gà tây
❼ thịt nguội
❽ thịt gà
❾ thịt muối
❿ thịt vịt
⓫ cá hồi
⓬ con ố

⑭ cá ngừ

⑮ cua

⑬ con trai

⑯ tôm

⑲ sò điệp

⑱ cá hồi

⑳ con hào

⑰ cá thờn bơn

㉑ tôm biển

❶ thịt bò 소고기
틷 보

- Bánh hamburger này 100 phần trăm làm từ thịt bò.
  이 햄버거는 백 퍼센트 소고기로 만들었다.

❷ bít tết 스테이크
빗 뗏

- Tôi thích thịt bít tết chín hoàn toàn.
  나는 스테이크를 완전히 익힌 것을 좋아한다.

bít tết nướng sơ
가볍게 구운 스테이크

❸ thịt sườn 갈비
틷 스언

sườn loại cao cấp
최상급 소갈비

❹ thịt lợn 돼지고기
틷 런

- Tôi thích thịt lợn hơn thịt bò và thịt gà.
  나는 닭고기나 소고기보다 돼지고기를 더 좋아한디

ba chỉ xông khói 훈제 삼겹살

❺ xúc xích 소시지
쑥 씨익

- Ăn xúc xích chứ?
  소시지 먹을래?

❻ gà tây 칠면조
가 떠이

❼ thịt nguội 햄
틷 응우오이

- Thịt nguội có trong sandwich không mặn lắm.
  샌드위치에 들어간 햄이 그다지 짜지 않다.

một miếng thịt nguội 햄 한 조각

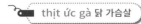

❽ thịt gà 닭고기
틷 가

- Xin rã đông thịt gà trước khi nấu.
  요리하기 전에 닭고기를 해동하세요.

thịt ức gà 닭 가슴살

⑨ thịt muối 베이컨
틷 무오이

*Anh ấy đã đặt trứng và thịt muối để ăn sáng.
그는 아침 식사로 베이컨과 달걀을 주문했다.

⑩ thịt vịt 오리
틷 빗

⑪ cá hồi 송어
까 호이

*Cá hồi sống ở sông hay suối.
송어는 강이나 개울에 산다.

⑫ con ốc 조개
꼰 옥

🐟 súp nghêu 클램 차우더 수프

⑬ con trai 홍합
꼰 짜이

⑭ cá ngừ 참치
까 응으

*Cá ngừ hộp giá rẻ và nhiều chất đạm.
참치 통조림은 값이 싸고 단백질이 풍부하다.

🐟 một hộp cá ngừ 참치 통조림 한 통

⑮ cua 게
꾸아

*Thịt cua này ngon!
이 게살이 맛있네요!

🐟 ốc mượn hồn, càng 소라게, 집게

⑯ tôm 새우
똠

● Xin cho món xà lách tôm trộn với nước sốt chanh.
라임 드레싱을 곁들인 새우 샐러드 주세요.

⑰ cá thờn bơn 넙치
까 턴 번

⑱ cá hồi 연어
까 호이

● Món cá hôm nay là món xà lách trộn cá hồi xông khói.
오늘의 생선요리는 훈제연어 샐러드이다.

⑲ sò điệp 가리비
소 디엡

 vỏ sò điệp 가리비 껍데기

⑳ con hào 굴
꼰 하오

sốt hào 굴 소스

㉑ tôm biển 바닷가재
똠 비엔

관련 어휘

● 양다리 **chân cừu** 쩐 끄우 ● 양 갈비살 **thịt sườn cừu** 팃 스언 끄우
● 돼지 갈비살 **thịt sườn heo** 팃 스언 해오 ● 닭 가슴살 **thịt ức gà** 팃 윽 가 ● 닭 다리 **chân gà** 쩐 가
● 닭 날개 **cánh gà** 까인 가 ● 닭 넓적살 **thịt đùi gà** 팃 두이 가

요리법에 따른 고기 종류

thịt bò xay
팃 보 싸이
간 소고기

thịt bò dùng để kho
팃 보 중 데 코
스튜용 소고기

thịt bò dùng để nướng
팃 보 중 데 느엉
구이용 소고기

😀 Buổi tối ăn thịt bò hay thịt gà?
부오이 또이 안 팃 보 하이 팃 가?

😺 Tôi thích thịt bò. Bạn thế nào?
또이 티익 팃 보. 반 테 나오?

😀 Tôi cũng thích thịt bò.
또이 꿍 티익 팃 보.

😺 Thế thì chúng ta hãy đến quán bít tết đi.
테 티 쭝 따 하이 덴 꾸안 빗 뗏 디.

😀 저녁으로 소고기가 좋을까, 닭고기가 좋을까?

😺 소고기가 좋아. 넌 어때?

😀 나도 소고기가 좋아.

😺 그렇다면 스테이크 하우스에 가자.

> **TalkTalk Tip**
>
> **Chúng ta hãy đến quán bít tết đi.**
> 스테이크 하우스에 가자.
> **Đi bơi** 수영하러 가
> **Mua sắm** 쇼핑
> **Hiệu sách** 서점
> **Siêu thị** 마켓

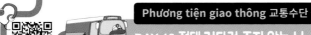

Tôi giúp gì cho bạn?
무엇을 도와 드릴까요?

Xin cho tôi vé khứ hồi đi Hà Nội.
하노이로 가는 왕복 티켓 주세요.

❹ xe buýt

❺ khoang hành lý

❻ tuyến xe buýt

❶ phí

❷ tài xế xe buýt

❸ quá cảnh

❼ trạm xe buýt

❽ nơi bán vé

❾ thời gian biểu

⓫ tàu lửa

⓭ nhân viên bán vé

⓬ chỗ lên xuống xe

⓮ hướng dẫn viên

⓰ ga tàu lửa

⓯ phòng chỉ dẫn

110

⑰ bản thông báo khởi hành và đến nơi

⑯ bến xe buýt

⑱ vé

⑲ nơi bán vé

㉑ hành khách

⑳ tiếp viên   ㉒ đường ray

❶ phí 요금
피
> phí xe buýt 버스 요금

❸ quá cảnh 경유
꾸아 까인
> vé quá cảnh 경유 티켓

❷ tài xế xe buýt 버스 운전사
따이 쎄 쌔 부잇

❹ xe buýt 버스
쌔 부잇
> xe buýt địa phương 지역 버스

❻ tuyến xe buýt 버스 노선
뚜이엔 쌔 부잇

❼ trạm xe buýt 버스정류장
짬 쌔 부잇

- Ở trạm xe buýt có nhiều người đang đợi xe buýt.
  많은 사람들이 버스정류장에서 버스를 기다리고 있었다.

❺ khoan hành lí 짐칸
코안 하인 리
> đặt hành lí vào khoan hành lí 짐칸에 짐을 넣다

112

⑧ nơi bán vé 매표소
너이 반 배

• Đông đúc người ở nơi bán vé.
매표소에 사람들이 붐빈다.

⑩ ga tàu lửa 기차역
가 따우 르아

chỗ tiếp cận ga tàu lửa 기차역 접근성

⑨ thời gian biểu 시간표
터이 쟌 비에우

thời gian biểu tàu lửa 기차 시간표

⑪ tàu lửa 기차
따우 르아

du lịch tàu lửa 기차 여행

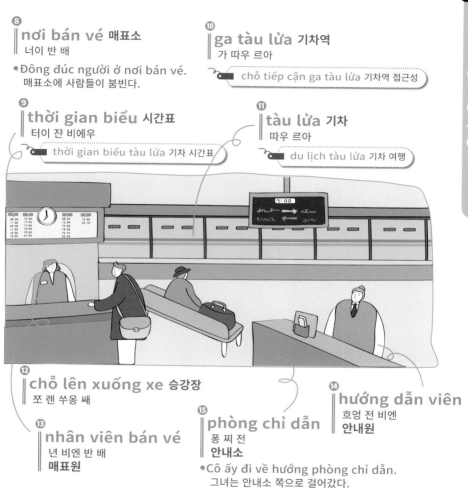

⑫ chỗ lên xuống xe 승강장
쪼 렌 쑤옹 쌔

⑭ hướng dẫn viên
흐엉 전 비엔
안내원

⑬ nhân viên bán vé
년 비엔 반 배
매표원

⑮ phòng chỉ dẫn
퐁 찌 전
안내소

• Cô ấy đi về hướng phòng chỉ dẫn.
그녀는 안내소 쪽으로 걸어갔다.

⑯ bến xe buýt 버스 터미널
벤 쌔 부잇

- Bến xe buýt gần đây nhất ở đâu?
  여기에서 가장 가까운 버스 터미널이 어디인가요?

⑰ bản thông báo khởi hành và đến nơi
반 통 바오 커이 하인 바 덴 너이
출발 및 도착 게시판

⑱ vé 표, 티켓
배

> vé miễn phí 공짜 표

⑲ nơi bán vé 매표소
너이 반 배

- Chúng ta hãy gặp nhau hướng nơi bán vé .
  매표소 쪽에서 만납시다.

㉒ đường ray 선로
드엉 자이

> đường ray xe lửa 기차 선로

⑳ tiếp viên 승무원
띠엡 비엔

- Tiếp viên đang kiểm tra vé.
  승무원이 표 검사를 하고 있다.

㉑ hành khách 승객
하인 카익

> xe buýt loại 45 chỗ 45인용 버스

관련 어휘

- 택시 **tắc xi** 딱 씨 ▪ 지하철 **tàu điện ngầm** 따우 디엔 응엄 ▪ 자전거 **xe đạp** 쌔 답
- 자동차 **xe ô tô** 쌔 오 또 ▪ 모터 바이크 **xe máy** 쌔 마이 ▪ 요트 **thuyền buồm** 투이엔 부옴
- 배 **tàu thủy** 따우 투이 ▪ 보트 **chiếc xuồng** 찌엑 쑤옹 ▪ 헬리콥터 **trực thăng** 쯕 탕
- 비행기 **máy bay** 마이 바이

왕복 티켓? 편도 티켓?

티켓을 구매하려고 하면 왕복 티켓인지 편도 티켓인지를 매표원에게 얘기해야 할 텐데요. vé hai chiều(배 하이 찌에우)는 왕복 티켓을 의미하고 vé một chiều(배 못 찌에우)는 편도 티켓을 의미해요. vé hai chiều는 vé hai lượt(배 하이 르엇)라고도 하고, vé một chiều는 vé một lượt(배 못 르엇)라고도 해요.

🔔 Tôi giúp gì cho bạn?
또이 즙 지 쪼 반?

🍙 Xin cho tôi vé khứ hồi đi Hà Nội.
씬 쪼 또이 배 크 호이 디 하 노이.

🔔 Khi nào sẽ đi?
키 나오 새 디?

🍙 Tôi muốn đi vào ngày thứ sáu.
또이 무온 디 바오 응아이 트 사우.

🔔 Vé khứ hồi đi Hà Nội 800000 đồng.
배 크 호이 디 하 노이 땀 짬 응인 동.

🍙 Cảm ơn. Thẻ đây ạ.
깜 언. 태 더이 아.

🔔 무엇을 도와 드릴까요?
🍙 하노이로 가는 왕복 티켓 주세요.
🔔 언제 가실 겁니까?
🍙 금요일에 가고 싶은데요.
🔔 하노이로 가는 왕복 티켓은 800000동입니다.
🍙 고마워요. 여기 카드 있어요.

> **TalkTalk Tip**
>
> **Xin cho vé khứ hồi đi Washington.**
> 워싱턴으로 가는 왕복 티켓 주세요.
> **Đi NewYork** 뉴욕으로 가는
>
> **Xin cho vé một chiều đi Paris.**
> 파리로 가는 편도 티켓 주세요.
> **Đi Busan** 부산으로 가는

Có túi xách không?
가방이 있습니까?

Vâng, có một túi xách du lịch và một túi xách tay.
네, 여행가방 한 개와 휴대용 가방 한 개 있습니다.

❺ quầy làm thủ tục
• quầy thủ tục

❼ nhân viên làm thủ tục

❻ vé
• vé hàng không

❶ lối lên

❿ dễ vỡ

❷ số cổng

❾ dung dịch dễ cháy

⓫ cái cân hành lí du lịch

❽ túi xách du l

❸ thẻ lên máy bay

❹ khu vực đi lên

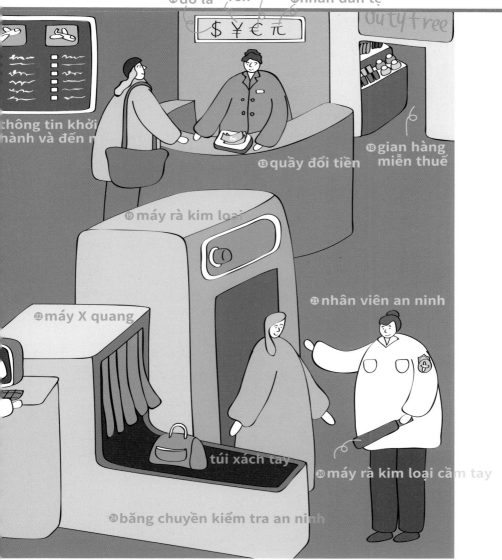

⑭đô la ⑮Yên ⑯đồng Euro
⑰nhân dân tệ

⑫thông tin khởi
hành và đến

⑱gian hàng
miễn thuế

⑬quầy đổi tiền

⑲máy rà kim loại

㉑nhân viên an ninh

㉒máy X quang

túi xách tay

㉓máy rà kim loại cầm tay

㉔băng chuyền kiểm tra an ninh

❶ lối lên 탑승구
로이 렌

> **lối lên khởi hành**
> 출발 탑승구

❷ số cổng 게이트 번호
소 꽁

❸ thẻ lên máy bay 탑승권
태 렌 마이 바이

• Có thể in thẻ lên máy bay sau khi làm thủ tục qua mạng.
탑승권은 온라인으로 체크인 한 후에 출력할 수 있다.

❹ khu vực đi lên 탑승 구역
쿠 븍 디 렌

❺ quầy làm thủ tục 탑승수속 창구
꾸어이 람 투 뚝

quầy thủ tục 체크인 카운터
꾸어이 투 뚝

> **dành cho quầy làm thủ tục** 전용 탑승수속 창구

❻ vé 표
배

vé hàng không 항공표
배 항 콩

> **đặt chỗ vé hàng không** 항공표 예약

❼ nhân viên làm thủ tục 탑승수속 직원
년 비엔 람 투 뚝

❽ túi xách du lịch 여행가방
뚜이 싸익 주 리익

> **túi xách du lịch cũ** 오래된 여행가방

118

⑨ dung dịch dễ cháy
중 지익 제 짜이
인화성 액체

⑩ dễ vỡ 깨지기 쉬운
제 버

⑪ cái cân hành lí du lịch
까이 껀 하인 리 주 리익
여행용 짐 저울

⑫ thông tin khởi hành và đến nơi
통 띤 커이 하인 바 덴 너이
출발과 도착 정보

• Được cập nhật trên trang mạng tất cả thông tin khởi hành và đến nơi.
출발과 도착 정보 모두 공항 웹 사이트에 업로드 된다.

⑬ quầy đổi tiền 환전소
꾸어이 도이 띠엔

⑭ $ đô la 달러
도 라

⑮ ¥ Yên 엔
이엔

⑯ € đồng Euro 유로
동 유로

⑰ π nhân dân tệ 위안
년 전 떼

⑱ gian hàng miễn thuế
쟌 항 미엔 투에
면세점

⑲ máy rà kim loại 금속탐지기
마이 자 낌 로아이

⑳ máy rà kim loại cầm tay
마이 자 낌 로아이 껌 따이
휴대용 금속탐지기

㉑ nhân viên an ninh 보안 요원
년 비엔 안 니인

• Nhân viên an ninh có nhiều vai trò khác nhau.
보안 요원은 다양한 역할을 한다.

㉒ máy X quang 엑스레이 기계
마이 엑 꾸앙

㉓ túi xách tay 휴대용 가방
뚜이 싸익 따이

hàng hóa chất lỏng có trong túi xách tay
휴대용 가방에 있는 액체 물품

㉔ băng chuyền kiểm tra an ninh 보안검색대
방 쭈이엔 끼엠 짜 안 니인

• Băng chuyền kiểm tra an ninh ở vị trí trước cửa khu vực lên máy bay.
보안검색대는 탑승 구역 입구에 위치한다.

관련 어휘

❯ **도착** đến nơi 덴 너이 ❯ **출발** khởi hành 커이 하인
❯ **탑승 시간** thời gian lên máy bay 터이 지안 렌 마이 바이
❯ **퍼스트 클래스** ghế hạng nhất 게 항 녓 ❯ **비즈니스 클래스** ghế hạng thương gia 게 항 트엉 쟈
❯ **이코노미 클래스** ghế hạng phổ thông 게 항 포 통

Làm thủ tục qua điện thoại 람 투 뚝 꾸아 디엔 토아이 **모바일 체크인**

요즘은 핸드폰으로도 탑승권 발행과 체크인을할 수 있어요.
항공권을 구매하고 나면 항공사로부터 문자나 ＊＊톡으로 체크인 할 수 있는 메시지를
받게 되는데요. 메시지에서 지시하는 대로 따라 하면 좌석 배정, 탑승권 발행 및
체크인까지 완료할 수 있어서 공항에서 지루하게 체크인을 기다려야 하는 시간을
줄일 수 있어요.

TALK! TALK!

😊 Xin chào. Xin cho xem hộ chiếu?
씬 짜오. 씬 쪼 쌤 호 찌에우?

😐 Đây ạ.
더이 아.

😊 Có túi xách không?
꼬 뚜이 싸익 콩?

😐 Vâng, có một túi xách du lịch và một túi xách tay.
벙, 꼬 못 뚜이 싸익 주 리익 바 못 뚜이 싸익 따이.

😊 Xin đặt túi xách lên cân. Có vé lên đây.
Chúc đi du lịch vui vẻ.
씬 닷 뚜이 싸익 렌 껀. 꼬 배 렌 더이. 쭉 디 주 리익 부이 배.

😐 Cám ơn.
깜 언.

😊 안녕하세요. 여권 보여 주시겠어요?
😐 여기 있습니다.
😊 가방이 있습니까?
😐 네, 여행가방 한 개와 휴대용 가방 한 개 있습니다.
😊 가방을 저울 위에 올려 주세요.
　 여기 탑승권 있습니다. 즐거운 여행 되세요.
😐 감사합니다.

> **TalkTalk Tip**
>
> **Xin cho xem hộ chiếu?**
> 여권 보여 주시겠어요?
> **Vé** 티켓
> **Tên** 이름

Lost & Found

👥 Đến với mục đích gì?
방문 목적은 무엇입니까?

💬 Đến để công tác.
출장 왔습니다.

⑬ nơi bảo quản vật thất lạc

⑫ thuế quan

Customs Declaration

⑭ đồ vật khai báo

Nothing to Declare

Goods to Declare

⑱ không có đồ vật khai báo

⑯ nhân viên thuế quan

⑮ khách du lịch

⑪ tờ khai thuế quan

⑦phiếu xác nhận hành lí kí gửi

i nhận nh lí kí gửi

⑨ hành lí kí gửi

⑪ băng chuyền hành lí kí gửi

⑩ xe kéo hành lí kí gửi

❶ hộ chiếu

❷ quản lí xuất nhập cảnh

❸ visa

❹ hệ thống nhận dạng con ngươi

❺ hệ thống nhận dạng vân tay

❻ kiểm tra xuất nhập cảnh

kiểm tra nhập cảnh 끼엠 짜 녑 까인 **입국심사**

❶ hộ chiếu 여권
호 찌에우

> **đăng kí hộ chiếu**
> 여권을 신청하다

❷ quản lí xuất nhập cảnh 출입국 관리관
꾸안 리 쑤엇 녑 까인

• Quản lí xuất nhập cảnh hỏi tôi thông tin cá nhân.
출입국 관리관이 나의 개인정보를 물었다.

❸ visa 비자
비자

• Visa của cô ấy đã hết hạn 3 tháng trước.
그녀의 비자는 3개월 전에 만료되었다.

❹ hệ thống nhận dạng con ngươi
헤 통 년 장 꼰 응어어이
홍채 인식 시스템

❺ hệ thống nhận dạng vân tay 지문 인식 시스템
헤 통 년 장 번 따이

❻ kiểm tra xuất nhập cảnh 출입국심사
끼엠 짜 쑤엇 녑 까인

> **thông qua kiểm tra nhập cảnh 입국심사를 통과하다**

hành lí kí gửi 하인 리 끼 그이 **수하물**

⑨ **phiếu xác nhận hành lí kí gửi**
피에우 싹 년 하인 리 끼 그이
수하물 확인표

⑧ **hành lí kí gửi 수하물**
하인 리 끼 그이

⑦ **nơi nhận hành lí kí gửi**
너이 년 하인 리 끼 그이
수하물 찾는 곳

hành lí kí gửi quá cân
초과 수하물

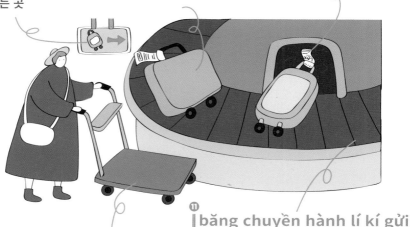

⑪ **băng chuyền hành lí kí gửi**
방 쭈이엔 하인 리 끼 그이
수하물 컨베이어 벨트

⑩ **xe kéo hành lí kí gửi 수하물 카트**
쌔 깨오 하인 리 끼 그이

•Ngoài Mỹ, đa số xe kéo hành lí kí gửi ở sân bay miễn phí.
미국 이외의 공항에서는 수하물 카트가 대부분 무료이다.

thuế quan 투에 꾸안 세관

⑫ thuế quan 세관
투에 꾸안

> thông qua thuế quan
> 세관을 통과하다

⑬ không có đồ vật khai báo
콩 꼬 도 벗 카이 바오
신고할 물건 없음

⑭ đồ vật khai báo 신고할 물건
도 벗 카이 바오

⑮ khách du lịch 여행객
카익 주 리익

⑯ nhân viên thuế quan 세관원
년 비엔 투에 꾸아

*Nhân viên thuế quan chặn những hạng mục bị cấm ra vào nước đó.
세관원은 금지된 품목이 그 나라에 들어오거나 나가는 것을 막는다.

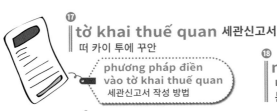

⑰ tờ khai thuế quan 세관신고서
떠 카이 투에 꾸안

> phương pháp điền
> vào tờ khai thuế quan
> 세관신고서 작성 방법

⑱ nơi bảo quản vật thất lạc
너이 바오 꾸안 벗 텃 락
분실물 보관소

관련 어휘

◦ **짐받이** yên xe chở hàng 이엔 쌔 쩌 항 ◦ **양복 커버** bao áo vét 바오 아오 뱃 ◦ **지연** trì hoãn 찌 호안
◦ **단기체류** lưu trú ngắn hạn 르우 쭈 응안 한 ◦ **여행 목적** mục đích du lịch 묵 디익 주 리익
◦ **세금을 내다** đóng thuế 동 투에 ◦ **시민** công dân 꽁 전

카트 대여료를 지불 해야 하는 공항도 있어요

해외여행을 할 때 짐이 많으면 짐을 한꺼번에 실을 수 있는 **xe kéo hành lí kí gửi**(쌔 깨오 하인 리 끼 그이:수하물 카트) 를 사용하게 돼요. 대부분의 나라에서는 **xe kéo hành lí kí gửi**(쌔 깨오 하인 리 기 그이)를 무료로 사용할 수 있지만 미국의 공항에서는 카트 대 여료를 3~5달러 정도 받아요. 단, 운이 좋으면 누군가가 남겨 두고 간 카트를 사용할 수 도 있어요.

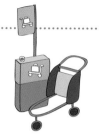

Dự định ở Việt Nam bao lâu?
즈 디인 어 비엣 남 바오 러우?

Một tháng.
못 탕.

Đến với mục đích gì?
덴 버이 묵 디익 지?

Đến để công tác.
덴 데 꽁 딱

Hộ chiếu đây. Chào đón đến với Việt Nam.
호 찌에우 더이. 짜오 돈 덴 버이 비엣 남.

Cảm ơn.
깜 언.

> **TalkTalk** Tip
>
> **Đến để công tác.**
> 출장 왔습니다.
>
> **kì nghỉ** 휴가
> **trị liệu về y học** 의학 치료

베트남에는 얼마나 머무를 예정이십니까?
한 달입니다.
방문 목적은 무엇입니까?
출장 왔습니다.
여기 여권이요. 베트남에 오신 것을 환영합니다.
고마워요.

Trang phục 의류

DAY 21 패션왕에 도전!

❷👨 Xin mời vào.
Tôi sẽ giúp gì?
어서 오세요. 도와 드릴까요?

👩 Xin lỗi, quần bò
ở đâu?
실례지만, 청바지는 어디 있나요?

❸ cổ chữ V

❶ áo
❷ nơ
❹ áo len
❻ cúc áo
❺ áo phông
❼ áo sơ mi
❽ áo len chui đầu
❾ quần đùi
❿ váy
⓫ quần
⓬ quần bò
• quần denim

⑯ sơ mi mặc với áo vest
⑲ nơ cổ
⑰ cà vạt
⑳ áo tuxedo
áo thể thao
áo sơ mi len
⑱ dây kéo
⑱ âu phục
㉑ váy dạ hội
áo khoác
㉔ bảng tên
㉕ đồng phục
áo đầm
㉖ hình nộm
㉓ quần yếm
túi
phòng thử

❶ áo 블라우스
아오

- Xin mặc thử áo có hoa văn ở mùa sắp đến.
다가오는 계절에 꽃무늬 블라우스를 입어 보세요.

> **áo dài tay** 긴소매 블라우스

❷ nơ 리본
너

❺ áo phông 티셔츠
아오 퐁

- Áo phông này có màu khác không?
이 티셔츠, 다른 색이 있나요?

❸ cổ chữ V 브이넥
꼬 쯔 비

❹ áo len 스웨터
아오 랜

- Tôi đã nhận quà sinh nhật áo len
나는 생일 선물로 스웨터를 받았다.

> **áo len đan bằng tay** 손으로 뜬 스웨터

❻ cúc áo 단추
꾹 아오

❼ áo sơ mi 셔츠
아오 서 미

❾ quần đùi 반바지
꾸언 두이

- Tôi thích mặc quần đùi vào mùa hè.
나는 여름에 반바지 입는 것을 좋아한다.

> **quần đùi đến gối** 무릎길이 반바지

❽ áo len chui đầu 터틀넥 스웨터
아오 랜 쭈이 더우

- Đa phần cô ấy mặc áo len chui đầu vào mùa đông.
그녀는 겨울이면 대부분 터틀넥 스웨터를 입는다.

❿ váy 치마
바이

> **váy dài** 스커트 길이

⑪ **quần** 바지
꾸언

• Tôi cần mua một cái quần.
나는 바지 한 벌을 사야 한다.

mặc quần 바지를 입다

⑫ **quần bò** 청바지
꾸언 보

quần denim 데님
꾸언 데님

quần bò phai mờ
빛바랜 청바지

⑬ **áo thể thao** 트레이너
아오 테 타오

áo sơ mi len 스웨트 셔츠
아오 서 미 랜

• Anh ấy mặc quần bò và áo sơ mi len ngày thường.
그는 평소 스웨트 셔츠와 청바지를 입는다.

⑭ **dây kéo** 지퍼
저이 깨오

⑮ **áo khoác** 재킷
아오 코악

• Áo khoác da nâu đó đắt.
그 갈색 가죽 재킷은 비싸다.

⑯ **sơ mi mặc với áo vest** 정장용 셔츠
서미 막 버이 아오 뱃

⑰ **cà vạt** 넥타이
까 밧

⑱ **âu phục** 양복
어우 푹

• Nhà kinh doanh thường mặc âu phục và thắt cà vạt.
사업가는 일반적으로 양복을 입고 넥타이를 맨다.

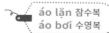

áo lặn 잠수복
áo bơi 수영복

⑲ **nơ cổ** 나비넥타이
너 꼬

⑳ **áo tuxedo** 턱시도
아오 턱시도

• Tôi mặc trong vũ trường là áo tuxedo.
나는 무도회에 턱시도를 입을 것이다.

áo tuxedo trắng 흰색 턱시도

㉑ **váy dạ hội** 이브닝드레스
바이 자 호이

> **váy dạ hội trang nhã**
> 우아한 이브닝드레스

㉔ **bảng tên** 이름표
방 뗀

㉕ **đồng phục** 유니폼
동 푹

> **quân phục** 군복

㉒ **túi** 주머니
뚜이

㉓ **quần yếm** 멜빵바지
꾸언 이엠

> **các thiếu niên mặc quần yếm màu xanh**
> 파란색 멜빵바지를 입은 소년들

㉖ **hình nộm** 마네킹
히인 놈

㉘ **phòng thử** 탈의실
퐁 트

• **Phòng thử ở đâu?**
탈의실이 어디인가요?

㉗ **áo đầm** 드레스
아오 덤

• **Người phụ nữ đó mặc áo đầm cộc tay trông đẹp.**
검은색 민소매 드레스를 입은 그 숙녀는 아름다워 보인다.

관련 어휘

❱ **임부복** bộ đồ bầu 보 도 버우 ❱ **조끼** áo ghi lê 아오 기 레 ❱ **레깅스** quần ôm chân 꾸언 옴 쩐
❱ **모자** mũ 무 ❱ **야구모자** mũ bóng chày 무 봉 짜이 ❱ **외투** áo choàng 아오 쪼앙
❱ **귀마개** cái bịt lỗ tai 깍 빗 로 따이 ❱ **장갑** găng tay 강 따이
❱ **벙어리장갑** găng tay trùm các ngón 강 따이 쭘 깍 응온

신발의 종류

giày 구두
쟈이

giày cao gót 하이힐
쟈이 까오 곳

giày đế mềm 스니커즈
쟈이 데 멤

giày ống 부츠
쟈이 옹

xăng đan 샌들
쌍 단

dép kẹp 플립플랍
쟵 깹

TALK! TALK!

Xin mời vào. Tôi sẽ giúp gì?
씬 머이 바오. 또이 새 줍 지?

Xin lỗi, quần bò ở đâu?
씬 로이, 꾸언 보 어 더우?

À, vâng. Kế phòng thử.
아, 벙. 께 퐁 트.

Cám ơn.
깜 언.

어서 오세요. 도와 드릴까요?

실례지만, 청바지는 어디 있나요?

아, 네. 탈의실 옆쪽에 있습니다.

고마워요.

> **TalkTalk Tip**
>
> **Quần đùi ở đâu?** 반바지가 어디 있나요?
> **Giày dép** 신발
> **Phòng thử** 탈의실

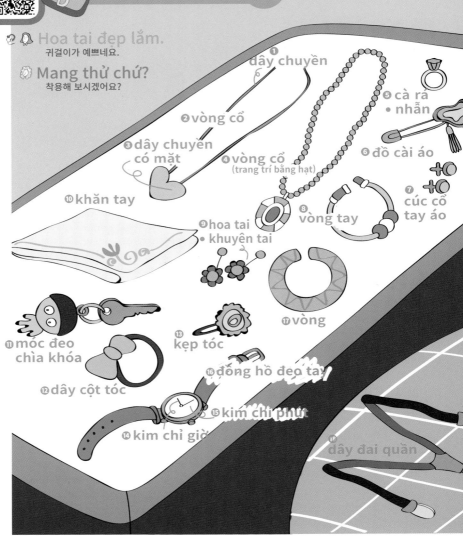

🐧 Hoa tai đẹp lắm.
귀걸이가 예쁘네요.

Mang thử chứ?
착용해 보시겠어요?

❶ dây chuyền

❷ vòng cổ

❸ dây chuyền có mặt

❹ vòng cổ (trang trí bằng hạt)

❺ cà rá • nhẫn

❻ đồ cài áo

❼ cúc cổ tay áo

❽ vòng tay

❾ hoa tai • khuyên tai

❿ khăn tay

⓫ móc đeo chìa khóa

⓬ dây cột tóc

⓭ kẹp tóc

⓮ kim chỉ giờ

⓯ kim chỉ phút

⓰ đồng hồ đeo tay

⓱ vòng

⓲ dây đai quần

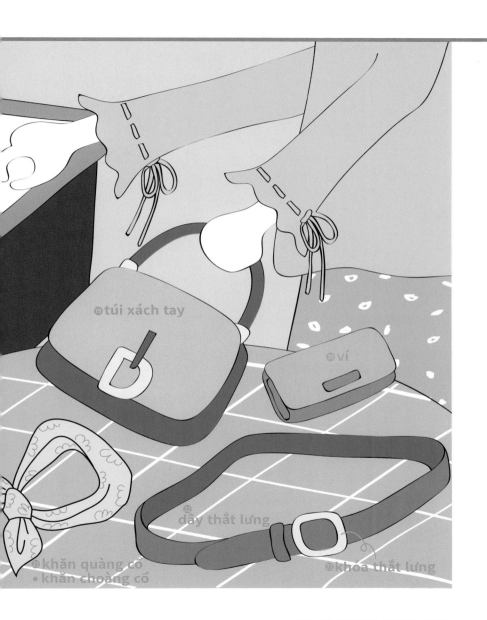

ⓗtúi xách tay

㉑ví

㉒dây thắt lưng

ⓗkhăn quàng cổ
• khăn choàng cổ

㉓khóa thắt lưng

❶ dây chuyền 목걸이 줄
저이 쭈이엔

❷ vòng cổ 목걸이
봉 꼬

❸ dây chuyền có mặt
저이 쭈이엔 꼬 맛
펜던트

❹ vòng cổ (trang trí bằng hạt)
봉 꼬 (짱 찌 방 핫)
(구슬로 장식한) 목걸이

vòng cổ chuỗi hạt
묵주 목걸이

❺ cà rá 반지 ‖**nhẫn 링**
까 자   년

• Cô ấy đang đeo mấy cái nhẫn.
그녀는 반지를 몇 개 끼고 있었다.

nhẫn đính hôn 약혼반지

❻ đồ cài áo 브로치
도 까이 아오

❼ cúc cổ tay áo 커프스 단추
꾹 꼬 따이 아오

một cặp cúc cổ tay áo
한 쌍의 카프스 단추

❽ vòng tay 팔찌
봉 따이

• Mua vòng tay đó ở đâu?
그 팔찌는 어디에서 샀나요?

❾ hoa tai 귀걸이 ‖**khuyên tai 피어스**
호아 따이   쿠이엔 따이

• Hoa tai hợp với bạn.
귀걸이가 당신에게 잘 어울려요.

hoa tai bạc 은 귀걸이

⑩ khăn tay 손수건
칸 따이
- Anh ấy đặt khăn tay đỏ vào túi trước ngực.
  그는 붉은색 손수건을 앞가슴 주머니에 넣었다.

  khăn tay bị nhàu nát 구겨진 손수건

⑪ móc đeo chìa khóa 열쇠고리
목 대오 찌아 코아
- Tôi sưu tập móc đeo chìa khóa.
  나는 열쇠고리를 모은다.

⑫ dây cột tóc 머리끈
저이 꼿 똑

⑬ kẹp tóc 머리핀
깹 똑

⑭ kim chỉ giờ 시침
낌 찌 져

⑮ kim chỉ phút 분침
낌 찌 풋

⑰ vòng 뱅글
봉

⑯ đồng hồ đeo tay 손목시계
동 호 대오 따이

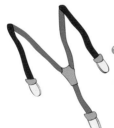

⑱ dây đai quần 멜빵
저이 다이 꾸언

  đeo dây đai quần 멜빵을 메다

¹⁹túi xách tay 핸드백
뚜이 싸익 따이

- Cô ấy đã mua túi xách tay ở tiệm đó.
  그녀는 그 가게에서 핸드백을 샀다.

²⁰ví 지갑
비

ví dày 두툼한 지갑

²²dây thắt lưng 벨트
저이 탓 릉

dây thắt lưng có trang trí
장식용 벨트

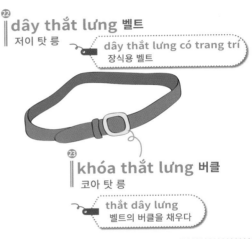

²¹khăn quàng cổ 스카프
칸 꾸앙 꼬

khăn choàng cổ 머플러
칸 쪼앙 꼬

²³khóa thắt lưng 버클
코아 탓 릉

thắt dây lưng
벨트의 버클을 채우다

관련 어휘

- 안경 mắt kính 맛 끼인 ❧ 선글라스 kính râm 끼인 점 ❧ 우산 ô 오
- 파우치 túi đựng mỹ phẩm 뚜이 등 미 펌 ❧ 진주 목걸이 vòng cổ ngọc trai 봉 꼬 응옥 짜이

다양한 보석류

- 다이아몬드 kim cương 낌 끄엉 ❧ 석류석 ngọc thạch 응옥 타익 ❧ 루비 đá rubi 다 루비
- 토파즈(황옥) hoàng ngọc 호앙 응옥 ❧ 사파이어(청옥) ngọc bích 응옥 바익
- 옥(비취) ngọc 응옥 ❧ 에메랄드 ngọc xanh 응옥 싸인 ❧ 오팔 Ô-pan 오 팔
- 자수정 thạch anh tím 타익 아인 띰 ❧ 아콰마린(남옥) đá quý (ngọc xanh biển) 다 꾸이 (응옥 싸인 비엔)
- 오닉스 mã não 마 나오 ❧ 감람석 đá quý Olivin 다 꾸이 오리빈
- 터키석 ngọc lam 응옥 람

용도에 따른 가방의 종류

túi xách tay 핸드백
뚜이 싸익 따이

túi đeo vai 숄더백
뚜이 대오 바이

túi tote 토트백
뚜이 토트

cặp xách 책가방
깝 싸익

ba lô 배낭
바 로

cặp tài liệu 서류가방
깝 따이 리에우

🔔 **Hoa tai đẹp lắm.**
호아 따이 댑 람.

⚙️ **Mang thử chứ?**
망 트 쯔?

🔔 **Giá bao nhiêu?**
쟈 바오 니에우?

⚙️ **3 triệu đồng.**
바 찌에우 동.

🔔 **Thế à, xin cho cái đó.**
테아, 씬 쪼 까이 도.

🔔 귀걸이가 예쁘네요.
⚙️ 착용해 보시겠어요?
🔔 가격이 얼마예요?
⚙️ 3,000,000동입니다.
🔔 그럼, 그거 주세요.

TalkTalk Tip

Tôi mang thử hoa tai được chứ?
귀걸이를 착용해 보시겠어요?

Ăn chút gì 뭐 좀 먹어

Xác nhận điểm số 점수를 확인해

Không đi xem phim chứ?
영화 보러 가지 않을래요?

Đi ăn 식사하러

Đi uống rượu 술 마시러

Nghề của anh ấy là gì?
그의 직업이 무엇입니까?

Anh ấy là thợ làm vườn.
그는 정원사입니다.

❶ thợ làm vườn

❷ nhạc sĩ
• nhà soạn nhạc

❸ họa sĩ

❺ lính cứu hỏ

❹ kiến trúc sư

2

nhạc sĩ 음악가
낙 시

nhà soạn nhạc 뮤지션
냐 소안 낙

- Anh ấy là một người trong số nhạc sĩ jazz giỏi.
  그는 훌륭한 재즈 음악가 중 한 명이다.

1

thợ làm vườn 정원사
터 람 브언

thợ làm vườn điêu luyện
능숙한 정원사

3

họa sĩ 화가
호아 시

họa sĩ trừu tượng
추상화가

4

kiến trúc sư 건축가
끼엔 쭉 스

kiến trúc sư tiêu biểu thế kỉ 21
21세기를 대표하는 건축가

5

lính cứu hỏa 소방관
리인 끄우 호아

- Lính cứu hỏa đã cứu đứa bé trong tòa nhà đang cháy.
  소방관이 불타는 건물에서 아이를 구했다.

6

công nhân ở công trường 공사장 인부
꽁 년 어 꽁 쯔엉

- Công nhân ở công trường làm việc bất kể nguy hiểm.
  공사장 인부들은 위험을 무릅쓰고 일하고 있다.

142

⑦ nhà kinh doanh 사업가
냐 끼인 조아

🏷 **nhà kinh doanh thành công**
성공한 사업가

⑧ luật sư 변호사
루엇 스

🏷 **người biện hộ cho bên bị cáo**
피고측 변호인

⑩ nhân viên đưa thư 우편집배원
년 비엔 드아 트

● Việc làm chính của nhân viên đưa thư là nhận và chuyển bưu kiện.
우편집배원의 주요 업무는 우편물을 수집하고 배달하는 것이다.

⑨ thợ cơ khí 기계공
터 꺼 키

🏷 **thợ cơ khí thạo nghề** 숙련된 기계공

⑪ thư kí 비서
트 끼

🏷 **chánh văn phòng**
비서실장

⑫ công an 경찰관
꽁 안

● Hai công an đã bắt giữ kẻ cướp trên đường.
두 명의 경찰이 길에서 강도를 체포했다.

⑬ người tiếp thị qua điện thoại 텔레마케터
응어어이 띠엡 티 꾸아 디엔 토아이

- Hôm qua anh ấy đã nhận 8 cuộc điện thoại tiếp thị.
  그는 어제 텔레마케터로부터 8번의 전화를 받았다.

⑮ nhà ảo thuật 마술사
냐 아오 투엇

- Đã có nhà ảo thuật trong bữa tiệc.
  파티에 마술사가 있었다.

⑭ nhân viên công ty du lịch
년 비엔 꽁 띠 주 리익
여행사 직원

- Xin nhờ công ty du lịch giúp đỡ nếu khó chọn chỗ nghỉ hay chuẩn bị đi du lịch.
  휴가지 선정이나 여행 준비가 어렵다고 생각된다면 여행사 직원의 도움을 받으세요.

⑯ kỹ sư 기술자
끼 스

kỹ sư có tư cách
자격이 있는 기술자

관련 어휘

- 베이비시터 người giữ trẻ 응어어이 즈 째 ⟩ 간호사 y tá 이 따 ⟩ 판사 thẩm phán 텀 판
- 주부 nội trợ 노이 쩌 ⟩ 정육점 주인 chủ cửa hàng thịt 쭈 끄아 항 팃 ⟩ 약사 dược sĩ 즈억 시
- 가사도우미 người giúp việc 응어어이 쥽 비엑 ⟩ 수리공 thợ sửa chữa 터 스아 쯔아
- 정비공 kỹ thuật viên 끼 투엇 비엔 ⟩ 창고 담당자 người phụ trách kho 응어어이 푸 짜익 코
- 가게 주인 chủ quán 쭈 꾸안 ⟩ 번역가 biên dịch viên 비엔 지익 비엔
- 천문학자 nhà thiên văn học 냐 티엔 반 혹 ⟩ 미용사 thợ uốn tóc 터 우온 똑
- 청소부 người quét dọn 응어어이 꾸앳 존 ⟩ 꽃집 주인 chủ tiệm hoa 쭈 띠엠 호아
- 어부 ngư dân 응으 전 ⟩ 사서 thủ thư 투 트 ⟩ 인명구조원 nhân viên cứu hộ 년 비엔 끄우 호
- 목사 mục sư 묵 스 ⟩ 사제 linh mục 리인 묵 ⟩ 배관공 thợ sửa ống nước 터 스아 옹 느억
- 부동산 중개인 nhân viên môi giới bất động sản 년 비엔 모이 져이 벗 동 산
- 점원 nhân viên cửa hàng 년 비엔 끄아 항 ⟩ 프로그래머 lập trình viên 럽 찌인 비엔
- 물리치료사 nhà vật lí trị liệu 야 벗 리 찌 리에우

요즘 베트남에서 '핫'한 직업

người phục vụ cơm 밥 소믈리에
응으어이 푹 부 껌

người phục vụ rau quả 채소 소믈리에
응으어이 푹 부 자우 꾸아

trung tâm việc vặt 심부름 센터
쭝 떰 비엑 밧

người môi giới chương trình 프로 블로거
응으어이 모이 져이 쯔엉 찐

Yutube 유튜버
유튭

tư vấn viên (nhà chuyên môn trị liệu) **카운슬러, 세라피스트**(치료 전문가)
뜨 번 비엔 (냐 쭈이엔 몬 찌 리에우)

giao dịch tài liệu cổ 고서 거래상
쟈오 지익 따이 리에우 꼬

🐧 **Nghề của anh ấy là gì?**
응에 꾸아 아인 어이 라 지?

🧢 **Anh ấy là thợ làm vườn.**
아인 어이 라 터 람 브언.

🐧 **Thợ làm vườn làm gì?**
터 람 브언 람 지?

🧢 **Thợ làm vườn làm việc chăm sóc cây.**
터 람 브언 람 비엑 짬 속 꺼이.

🐧 그의 직업이 무엇입니까?

🧢 그는 정원사입니다.

🐧 정원사는 무엇을 하죠?

🧢 정원사는 정원의 나무를 가꾸는 일을 해요.

> **TalkTalk** Tip
>
> **Anh ấy(cô ấy)là thợ làm vườn.**
> 그는(그녀는) 정원사입니다.
>
> **nhà kinh doanh** 사업가
> **kiến trúc sư** 건축가

❶ thợ làm bánh

An lớn muốn làm gì?
안은 커서 뭐가 되고 싶니?

Em muốn trở thành thợ cắt tóc.
난 미용사가 되고 싶어요.

❷ nghệ sĩ

❸ nhiếp ảnh gia

❹ nông dân

❻ người chuyên ngành vi tính

❼ bác sĩ thú y

❺ người bảo vệ, người canh gác

❾ thợ may

❽ giáo viên
• giảng viên

146

⑪nhân viên giao hàng

⑩phi công

⑭ phóng viên

⑫đầu bếp
• người nấu ăn

⑮ca sĩ

⑬nhà khoa học

⑯thợ cắt tóc
• nhà thiết kế tóc

①thợ làm bánh 제빵사
터 람 바인

- Thợ làm bánh đang làm bánh quy
  đầy cá tính.
  제빵사는 개성 있는 비스킷을 만들고 있다.

③nhiếp ảnh gia
니엡 아인 쟈
사진가

④nông dân 농부
농 전

nông nghiệp hữu cơ
유기농 농부

②nghệ sĩ 예술인
응에 시

nghệ sĩ nổi tiếng
유명한 예술인

⑤người bảo vệ, người canh gác
응으어이 바오 베, 응으어이 까인 각
수위, 경비

người bảo vệ trường 학교 수위

⑥người chuyên ngành vi tính 컴퓨터 공학자
응으어이 쭈이엔 응안 비 띠인

- Người chuyên ngành vi tính cải tiến phần mềm
  máy tính chúng ta đang sử dụng có thể hoạt động.
  컴퓨터 공학자들은 우리가 쓰는 컴퓨터가 작동할 수 있는
  소프트웨어를 개발한다.

148

⑦ bác sĩ thú y 수의사
박 시 투 이

• Xin để bác sĩ thú y kiểm tra con chó của bạn trước khi đi dạo nếu nó không khỏe.
당신의 개가 건강하지 않다면 산책시키기 전에 수의사에게 확인하세요.

⑧ giáo viên 선생님
쟈오 비엔

giảng viên 강사
쟝 비엔

trở thành giảng viên trường đại học
대학강사가 되다

⑨ thợ may 재단사
터 마이

• Thợ may đó đã làm ra hàng nghìn bộ vest.
그 재단사는 수천 벌의 정장을 만들었다.

⑩ phi công 비행기 조종사
피 꽁

sai lầm phi công 조종사 실수

⑪ nhân viên giao hàng 배달원
년 비엔 쟈오 항

• Nhân viên giao hàng giao tài liệu hay bưu phẩm.
배달원은 문서나 소포를 받아서 배달한다.

⑬ nhà khoa học 과학자
냐 코아 혹

　　nhà khoa học đồng nghiệp
　　동료 과학자

⑫ đầu bếp 요리사
더우 벱
người nấu ăn 셰프
응으어이 너우 안

　đầu bếp thực tập 견습 요리사

⑭ phóng viên 기자
퐁 비엔

　　phóng viên tự do 프리랜서 기자

⑮ ca sĩ 가수
까 시

⑯ thợ cắt tóc 미용사
터 깟 똑
nhà thiết kế tóc 헤어 디자이너
냐 티엣 께 똑

● Cô ấy là thợ cắt tóc khi còn trẻ.
　그녀는 젊었을 때 미용사로 일했다.

관련 어휘 ···

● **치과의사** nha sĩ 냐 시 ● **외과의사** bác sĩ ngoại khoa 박 시 응오아이 코아
● **이발사** thợ cắt tóc nam 터 깟 똑 남 ● **목수** thợ mộc 터 목 ● **회계사** kế toán viên 께 또안 비엔
● **경비원** nhân viên bảo vệ 년 비엔 바오 베 ● **출납원** người quản lí tiền mặt 응으어이 꾸안 리 띠엔 맛
● **고객 서비스 상담원** nhân viên tư vấn phục vụ khách hàng 년 비엔 뜨 번 푹 부 카익 항

시간이나 장소에 따라 달라지는 근무 형태

việc làm thêm
비엑 람 템
아르바이트
시간이나 장소에 따라
달라지는 근무 형태

việc trọn thời gian
비엑 쫀 터이 지안
상근 직
전 시간 근무하는 형태

làm việc tại nhà
람 비엑 따이 냐
재택근무
집에서 회사의 업무를
보는 형태

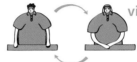

việc luân chuyển
비엑 루언 쭈이엔
시프트 근무
교대 근무 형태

TALK! TALK!

🧢 **An lớn muốn làm gì?**
안 런 무온 람 지?

👩 **Em muốn trở thành thợ cắt tóc.**
앰 무온 쩌 타인 터 깟 똑.

🧢 **Em muốn trở thành thợ cắt tóc thì làm gì?**
앰 무온 쩌 타인 터 깟 똑 티 람 지?

👩 **Em sẽ làm cho ngoại hình người khác đẹp .**
앰 새 람 쪼 응오아이 히인 응으어이 칵 댑.

🧢 안은 커서 뭐가 되고 싶니?
👩 난 미용사가 되고 싶어요.
🧢 미용사가 되면 뭘 하고 싶은데?
👩 사람들의 외모를 멋지게 꾸며 줄 거예요.

> **TalkTalk Tip**
> **Khi tôi lớn, tôi muốn trở thành nhà khoa học.**
> 난 커서 과학자가 되고 싶어.
>
> **Người làm bánh** 제빵사
> **Nhà nghệ thuật** 예술가

가장 좋아하는 과목이 뭐였어요?

Thích môn tiếng Pháp nhất.
가장 좋아하는 과목은 프랑스어였어요.

❶ nhà trẻ

❷ trường tiểu học

❸ trường trung học cơ sở

❹ trường phổ thông trung học

❺ y tế

Tues	Wed	Thurs	Fri
	⑥ tiếng Tây Ban Nha		
	⑦ khoa học	⑪ sinh học	⑮ toán
	⑧ mỹ thuật	⑫ âm nhạc	⑯ tiếng Anh
	⑨ lịch sử	⑬ âm nhạc	⑰ vật lí học
	⑩ địa lí	⑭ thể dục	

❶ nhà trẻ 유치원
냐 째

❷ trường tiểu học 초등학교
쯔엉 띠에우 혹

❸ trường trung học cơ sở 중학교
쯔엉 쭝 혹 꺼 서

❹ trường phổ thông trung học
쯔엉 포 통 쯩 혹
고등학교

❺ y tế 보건
이 떼

• Đa phần chương trình giáo dục y tế ở trường học
là phần quan trọng.
대부분의 학교에서 보건 교육은 커리큘럼의 중요한 부분이다.

❼ khoa học 과학
코아 혹

❻ tiếng Tây Ban Nha 스페인어
띠엥 떠이 반 냐

• Cần đi học hè nếu ở lại trong giờ học tiếng Tây Ban Nha.
스페인어 수업에 낙제하면 서머스쿨을 가야 한다.

⑧ mỹ thuật 미술
미 투엇

- Tôi thích môn mỹ thuật.
  내가 좋아하는 과목은 미술입니다.

⑨ lịch sử 역사
리익 스

lịch sử hiện đại 현대사

⑩ địa lí 지리
디아 리

- Tôi thích môn địa lí.
  내가 좋아하는 과목은 지리입니다.

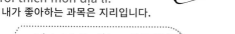

chính trị địa lí học 정치지리학
xã hội địa lí học 사회지리학

⑪ sinh học 생물학
시인 혹

- Tôi có quan tâm về sinh học.
  나는 생물학에 관심이 있습니다.

phần tử sinh học 분자생물학
sinh học hải dương 해양생물학

⑬ âm nhạc 음악
엄 냑

⑫ hóa học 화학
호아 혹

học vị hóa học 화학 학위

⑭ thể dục 체육
테 죽

- Chủ yếu làm gì trong giờ thể dục?
  체육 시간에 주로 무엇을 합니까?

⑮ toán 수학
또안

• Câu toán học này khó giải.
  이 수학 문제를 풀기가 어렵다.

⑯ tiếng Anh 영어
띠엥 아인

tiếng Anh quốc tế
국제어로서의 영어

⑰ vật lí học 물리학
벗 리 혹

• Vật lí học là một trong những môn học khó nhất.
  물리학은 가장 어려운 과목 중 하나이다.

quy tắc vật lí học 물리학 법칙

관련 어휘

• **운전교육** giáo dục lái xe 쟈오 죽 라이 쌔 • **프랑스어** tiếng Pháp 띠엥 팝 • **가정** gia đình 쟈 딘
• **공예** thủ công mỹ nghệ 투 꽁 미 응에 • **실무교육** giáo dục thực tiễn 쟈오 죽 특 띠엔
• **컴퓨터공학** tin học 띤 혹 • **창작** sự sáng tạo 스 상 따오
• **음악감상** thưởng thức âm nhạc 트엉 특 엄 낙
• **해부학/생리학** giải phẫu học/sinh lí học 쟈이 퍼우 혹/시인 리 혹
• **천문학** thiên văn học 티엔 반 혹 • **식물학** thực vật học 특 벗 혹
• **무기화학** hóa học vô cơ 호아 혹 보 꺼 • **동물학** động vật học 동 벗 혹
• **인류학** nhân loại học 년 로아이 혹 • **사회학** xã hội học 싸 호이 혹
• **미술사** lịch sử mỹ thuật 리익 스 미 투엇 • **음악이론** nhạc lí 냑 리 • **유럽사** sử châu Âu 스 쩌우 어우
• **인문지리** địa lí nhân văn 디아 리 년 반 • **거시경제학** kinh tế vĩ mô 끼인 떼 비 모
• **미시경제학** kinh tế vi mô 끼인 떼 비 모 • **심리학** tâm lí học 떰 리 혹 • **미국사** sử học Mỹ 스 혹 미
• **세계사** sử học thế giới 스 혹 테 져이 • **미적분** phép tính vi phân và tích phân 팹 띠인 비 편 바 띠익 편
• **통계학** thống kê học 통 께 혹 • **환경과학** khoa học môi trường 코아 혹 모이 쯔엉
• **라틴어** tiếng Latin 띠엥 라띤

성인이 되어서 갈 수 있는 다양한 종류의 학교들

trường người trưởng thành 쯔엉 응으어이 쯔엉 타인 **성인학교**
trường dạy nghề 쯔엉 자이 응에 **직업학교**
trường cao đẳng địa phương 쯔엉 까오 당 디아 프엉 **지역 전문대학**
trường cao đẳng 쯔엉 까오 당 **전문대학**
đại học 다이 혹 **대학**
cao học 까오 혹 **대학원**
trường luật 쯔엉 루엇 **로스쿨**
trường luật 쯔엉 루엇 **법대**
trường y tế 쯔엉 이 떼 **메디컬스쿨**　đại học y 다이 혹 이 **의대**

🔔 Thích môn học gì nhất?
티익 몬 혹 지 녓?

🐿 Thích môn tiếng Pháp nhất.
티익 몬 띠엥 팝 녓.

🔔 Giỏi tiếng Pháp chứ?
죠이 띠엥 팝 쯔?

🔔 가장 좋아하는 과목이 뭐였어요?
🐿 가장 좋아하는 과목은 프랑스어였어요.
🔔 프랑스어를 잘했나요?
🐿 네, 대부분의 프랑스어 시험에서 좋은
점수를 받았어요.

🐿 Vâng, đa phần nhận điểm tốt trong kì thi môn tiếng Pháp.
벙, 다 펀 년 디엠 똣 쫑 끼 티 몬 띠엥 팝.

TalkTalk Tip

Thích môn vật lí học nhất.
가장 좋아하는 과목은 물리학이었어요.

Tiếng Anh 영어　Thể dục 체육　Mỹ thuật 미술

🗣️ Xin lỗi, đến khu mua sắm đi thế nào?
실례합니다만, 쇼핑몰에 어떻게 가야 하나요?

😊 Đi thẳng đường này đến chỗ queo rẽ phải.
이 길을 따라 끝장 가셔서 모퉁이에서 오른쪽으로 돌아가세요.

❶ ủy ban nhân dân thành phố

❷ khu mua sắm

❸ bến xe buýt

❹ nhà thờ

❺ đồn cảnh sát

❻ trạm cứu hỏa

❼ ngân hàng

❽ công viên

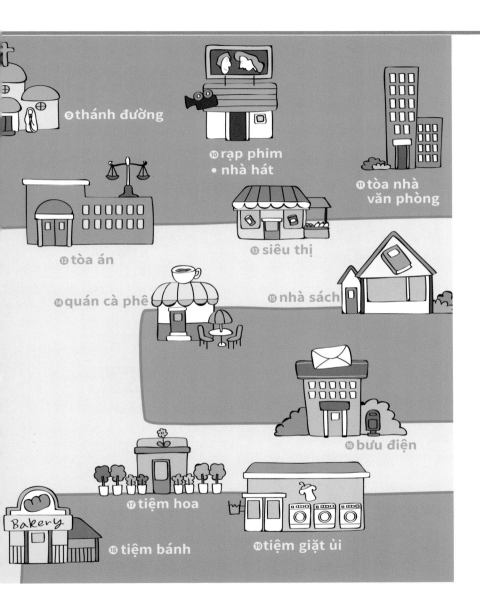

⑨ thánh đường

⑩ rạp phim
• nhà hát

⑪ tòa nhà
văn phòng

⑫ tòa án

⑬ siêu thị

⑭ quán cà phê

⑮ nhà sách

⑯ bưu điện

⑰ tiệm hoa

Bakery

⑱ tiệm bánh

⑲ tiệm giặt ủi

① ủy ban nhân dân thành phố 시청
위 반 년 전 타인 포

- Cần đi thế nào đến ủy ban nhân dân thành phố?
  시청에 어떻게 가야 합니까?

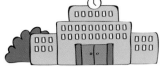

② khu mua sắm 쇼핑몰
쿠 무아 삼

- Ở đây là khu mua sắm lớn nhất thế giới.
  여기가 세계에서 가장 큰 쇼핑몰이다.

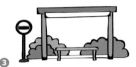

③ bến xe buýt 버스 터미널
벤 쌔 부잇

④ nhà thờ 교회
냐 터

- Mỗi chủ nhật tôi đi nhà thờ cùng với gia đình.
  나는 매주 일요일마다 가족과 함께 교회에 간다.

> nhà thờ đầu tiên 초대 교회

⑤ đồn cảnh sát 경찰서
돈 까인 삿

- Cảnh sát đem anh ấy đến đồn cảnh sát.
  경찰이 그를 경찰서로 데려갔다.

> đồn cảnh sát địa phương
> 지역 경찰서

⑥ trạm cứu hỏa 소방서
짬 끄우 화

- Trạm cứu hỏa cách đây không xa.
  소방서는 여기에서 멀지 않다.

> báo cháy ở trạm cứu hỏa
> 소방서에 화재 신고를 하다

⑦ ngân hàng 은행
응언 항

- Anh ấy đã đi ngân hàng để nhận tiền vay.
  그는 융자를 받기 위해 은행에 갔다.

> tiền thừa ở ngân hàng 은행 잔액
> tài khoản ngân hàng 은행 계좌

công viên
꽁 비엔
공원

- Có hồ lớn ở trong công viên.
  공원에 큰 호수가 있다.

  khu vực bảo hộ động vật hoang dã
  야생동물보호 지역

⑨ **thánh đường**
타인 드엉
성당

- Tôi muốn đi xem thánh đường đẹp ở Tây Ban Nha.
  스페인에 있는 아름다운 대성당에 가 보고 싶다.

  thánh đường thời Trung cổ
  중세시대 성당

⑪ **tòa nhà văn phòng** 사무용 빌딩
또아 냐 반 퐁

- Con đường này có nhiều tòa nhà văn phòng.
  이 거리에는 사무용 빌딩이 많다.

  tòa nhà văn phòng hai tầng
  2층짜리 사무용 빌딩

⑩ **rạp phim** 영화관
잡 핌

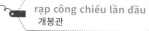 **nhà hát** 극장
냐 핫

  rạp công chiếu lần đầu
  개봉관

⑬ **siêu thị** 슈퍼마켓
시에우 티

- Đa phần chúng tôi mua thực phẩm ở siêu thị.
  우리는 대부분 슈퍼마켓에서 식료품을 산다.

  quản lí siêu thị 슈퍼마켓 매니저

⑫ **tòa án** 법원
또아 안

  tòa án quan trọng
  có tính lịch sử
  역사적으로 중요한 법원

⑭ **quán cà phê** 커피숍
꾸안 까 페

  quán cà phê mới mở
  새로 개업한 커피숍

⑮ nha sách
냐 사익
서점

> **nha sách trên mạng**
> 온라인 서점

⑯ bưu điện 우체국
브우 디엔

⑰ tiệm hoa 꽃집
띠엠 호아

⑱ tiệm bánh 빵집
띠엠 바인

* **Tiệm bánh này nổi tiếng bánh sừng bò.**
  이 빵집은 크루아상으로 유명하다.

⑲ tiệm giặt ủi 세탁소
띠엠 쟛 우이

관련 어휘

- **백화점** trung tâm mua sắm 쭝 떰 무아 삼 ♪ **주유소** cây xăng 꺼이 쌍
- **식료품 가게** cửa hàng thực phẩm 끄아 항 특 펌 ♪ **약국** nhà thuốc 냐 투옥
- **미용실** tiệm uốn tóc 띠엠 우온 똑 ♪ **병원** bệnh viện 베인 비엔 ♪ **호텔** khách sạn 카익 산
- **보석 가게** tiệm đá quí 띠엠 다 꾸이 ♪ **도서관** thư viện 트 비엔
- **애완동물 가게** cửa hàng thú cưng 끄아 항 투 끙 ♪ **신발 가게** cửa hàng giày 끄아 항 쟈이
- **기차역** ga tàu hỏa 가 따우 화 ♪ **여행사** công ty du lịch 꽁 띠 주 리익
- **장난감 가게** cửa hàng đồ chơi 끄아 항 도 쩌이 ♪ **지하철역** ga tàu điện 가 따우 디엔

도로에서 볼 수 있는 것들

- **교통신호등** đèn giao thông 댄 쟈오 통
- **도로명 게시판** bảng tên đường 방 뗀 드엉
- **교차로** giao lộ 쟈오 로
- **가로등** đèn đường 댄 드엉
- **보도(인도)** via hè(lối đi bộ) 비아 해(로이 디 보)
- **횡단보도** lối sang đường 로이 상 드엉
- **지하도** đường hầm 드엉 험
- **주차 공간** không gian đỗ xe 콩 쟌 도 쌔

방향을 나타내는 다양한 표현

rẽ trái
재 짜이
왼쪽으로 돌다

rẽ phải
재 파이
오른쪽으로 돌다

đi thẳng
디 탕
직진하다

đi qua
디 꾸아
지나치다

sang đường
상 드엉
길을 건너다

ở góc~
어 곡~
~의 모퉁이에

bên cạnh~
벤 까인~
~의 옆에

đối diện~
도이 지엔~
~의 반대편에

ở giữa ~ và ~
어 지으아 ~ 바 ~
~과 ~의 사이에

🗣 Xin lỗi, đến khu mua sắm đi thế nào?
씬 로이, 덴 쿠 무아 삼 디 테 나오?

😀 Đi thẳng đường này đến chỗ quẹo rẽ phải.
디 탕 드엉 나이 덴 쪼 꾸애오 재 파이.

🗣 Đi thẳng sau đó đến chỗ quẹo rẽ phải?
디 탕 사우 도 덴 쪼 꾸애오 재 파이?

😀 Phải. Sẽ thấy khu mua sắm ở bên phải.
파이. 새 터이 쿠 무아 삼 어 벤 파이.

🗣 Cám ơn.
깜 언.

🗣 실례합니다만, 쇼핑몰에 어떻게 가야 하나요?
😀 이 길을 따라 곧장 가셔서 모퉁이에서
오른쪽으로 돌아가세요.
🗣 직진해서 모퉁이에서 오른쪽이라구요?
😀 맞아요. 오른쪽에 쇼핑몰이 보일 거예요.
🗣 고마워요.

> **TalkTalk Tip**
>
> **Xin lỗi , đến tiệm hoa đi thế nào?**
> 실례합니다만, 꽃가게에 어떻게 가야 하나요?
>
> **Quán cà phê** 커피숍
> **Viện bảo tàng** 박물관

😮 Đặc điểm của lạc đà là gì?
낙타의 특징이 무엇이죠?

🧑 Trên lưng có hai bướu.
Cũng có lạc đà chỉ có một bướu.
등에 혹이 두 개 있는 거예요. 혹이 하나만 있는 낙타도 있어요.

❶ con nhím

❷ con chồn

❸ gấu Bắc cực

❹ con hươu

❺ chuột

❻ chuột đốm

❼ lạc đà

❽ con sóc

❾ con voi

❿ hà mã

⑪ tê giác

⑫ sư tử

⑬ con báo hoa ⑭ hươu cao cổ

⑮ ngựa vằn

⑯ con chuột túi

① con nhím 고슴도치
꼰 님
● Con nhím là loài gặm nhấm.
고슴도치는 설치류이다.

② con chồn 너구리
꼰 쪈

🏷 **lông chồn** 너구리 털

④ con hươu 사슴
꼰 흐어우

🏷 **hươu đỏ** 붉은 사슴

③ gấu Bắc cực 북극곰
거우 박 끅

⑤ chuột 쥐
쭈옷

🏷 **chuột thí nghiệm** 실험용 쥐

⑥ chuột đốm 얼룩 다람쥐
쭈옷 돔
● Chuột đốm là loài gặm nhấm họ sóc.
얼룩 다람쥐는 다람쥐과의 설치류이다.

⑦ lạc đà 낙타
락 다

🏷 **áo khoác lông lạc đà** 캐멀 코트

166

⑧ con sóc 다람쥐
꼰 쏙

- Con sóc chạy tong tỏng qua đám cỏ.
  다람쥐가 잔디를 가로질러 쪼르르 달려갔다.

⑨ con voi 코끼리
꼰 보이

> đàn voi 코끼리 무리

⑩ hà mã 하마
하 마

⑪ tê giác 코뿔소
떼 쟉

- Vì cái sừng những kẻ săn trộm đã giết tê giác đen.
  밀렵꾼들이 뿔 때문에 검은 코뿔소를 죽였다.

⑬ con báo hoa 표범
꼰 바오 호아

> báo tuyết 눈표범

⑫ sư tử 사자
스 뜨

> sư tử con 새끼 사자

⑮ ngựa vằn 얼룩말
응으아 반

áo sơ mi có họa tiết vết đốm
얼룩무늬 셔츠

⑭ hươu cao cổ 기린
흐어우 까오 꼬

• Hươu cao cổ là động vật có vú cao nhất trên trái đất.
기린은 지구상에서 가장 키가 큰 포유류이다.

⑯ con chuột túi 캥거루
꼰 쭈옷 뚜이

• Chuột túi chân sau có sức mạnh và đuôi dài, chân trước ngắn.
캥거루는 힘 있는 뒷다리와 강하고 긴 꼬리 그리고 짧은 앞다리를 가졌다.

관련 어휘

↳ **금붕어** cá chép vàng 까 쨉 방 ↳ **고양이** con mèo 꼰 매오 ↳ **새끼고양이** mèo con 매오 꼰
↳ **개** con chó 꼰 쪼 ↳ **강아지** chó con 쪼 꼰 ↳ **조랑말** ngựa nhỏ 응으아 뇨 ↳ **당나귀** con lừa 꼰 르아
↳ **박쥐** con dơi 꼰 저이 ↳ **여우** con cáo 꼰 까오 ↳ **늑대** con sói 꼰 소이 ↳ **토끼** con thỏ 꼰 토
↳ **말** con ngựa 꼰 응으아 ↳ **원숭이** con khỉ 꼰 키 ↳ **호랑이** con hổ 꼰 호 ↳ **곰** con gấu 꼰 거우
↳ **치타** con báo đốm 꼰 바오 돔 ↳ **하이에나** linh cẩu 리인 꺼우 ↳ **코요테** sói đồng cỏ 소이 동 꼬
↳ **코알라** gấu túi 거우 뚜이 ↳ **스컹크** chồn hôi 쫀 호이 ↳ **염소** con dê 꼰 제 ↳ **양** con cừu 꼰 끄우
↳ **새끼 양** cừu non 끄우 논 ↳ **소** con bò 꼰 보 ↳ **송아지** con bê 꼰 베

동물들의 특징을 나타내는 명칭

sừng 뿔
승

con báo hoa 표범
꼰 바오 호아

bướu 혹
브어우

sọc vằn 줄무늬
속 반

tê giác 코뿔소
떼 작

chân 발
쩐

lạc đà 낙타
락 다

mũi 코
무이

bờm 갈기
범

ngựa vằn 얼룩말
응으아 반

ngà voi 상아
응아 보이

sư tử 사자
스 뜨

túi đựng chuột túi con
뚜이 등 쭈옷 뚜이 꼰
새끼 주머니

con voi 코끼리
꼰 보이

chuột túi 캥거루
쭈옷 뚜이

TALK! TALK!

🧑 **Đặc điểm của lạc đà là gì?**
닥 디엠 꾸아 락 다 라 지?

👩 **Trên lưng có hai bướu. Cũng có lạc đà chỉ có một bướu.**
쩬 릉 꼬 하이 브어우. 꿈 꼬 락 다 찌 꼬 못 브어우.

🧑 **Cũng có đặc điểm khác chứ?**
꿈 꼬 닥 디엠 칵 쯔?

👩 **Ăn thực vật sa mạc như cây hay cỏ.**
안 특 벗 사 막 느 꺼이 하이 꼬.

🧑 낙타의 특징이 무엇이죠?
👩 등에 혹이 두 개 있는 거예요. 혹이 하나만 있는 낙타도 있어요.
🧑 또 다른 특징은요?
👩 잔디나 나뭇잎 같은 사막 식물을 먹어요.

TalkTalk Tip

Đặc điểm của lạc đà là gì?
낙타의 특징이 무엇이죠?

Hươu cao cổ 기린

Ngựa vằn 얼룩말

Du lịch biển thế nào?
크루즈 여행 어땠어?

Rất tuyệt. Đã thấy rùa biển bơi trên biển.
대단했어. 바다를 헤엄치는 바다거북을 봤어.

❶ cá heo

❷ con sứa

❸ cá kiếm

❹ bạch tuộc

❺ cá voi

❻ con sao biển

❼ con cua

❽ cá đuối

⑨ rùa biển

⑩ con rái cá

⑪ con báo biển

⑫ cá mập

⑬ cá ngừ

⑮ con mực

⑯ con hải mã

⑭ con lươn

⑰ ốc biển

❶ cá heo 돌고래
까 해오

- Bây giờ là thời điểm tốt cho việc xem cá heo ở biển gần đây.
  요즘이 가까운 바다에서 돌고래를 보기에 좋은 때이다.

❷ con sứa 해파리
꼰 스아

> vết thương bị con sứa cắn
> 해파리에 쏘인 상처

❸ cá kiếm 황새치
까 끼엠

> cá kiếm nướng vỉ
> 석쇠에 구운 황새치

❹ bạch tuộc 문어
바익 뚜옥

- Có khoảng 300 loại bạch tuộc được biết đến.
  문어의 종류는 약 300여 종이라고 알려져 있다.

❺ cá voi 고래
까 보이

> cá hổ kình 범고래

❻ con sao biển 불가사리
꼰 사오 비엔

- Con sao biển được gọi là ngôi sao của biển.
  불가사리는 바다의 별이라고도 불린다.

❼ con cua 게
꼰 꾸아

> cua đồng 민물게

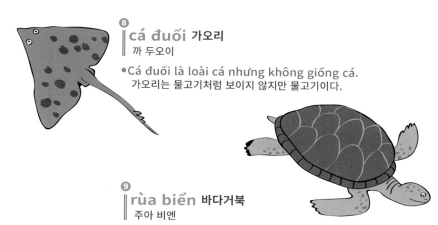

⑧ cá đuối 가오리
까 두오이

● Cá đuối là loài cá nhưng không giống cá.
가오리는 물고기처럼 보이지 않지만 물고기이다.

⑨ rùa biển 바다거북
주아 비엔

● Rùa biển trở về nơi mình sinh ra để đẻ trứng.
바다거북은 알을 낳기 위해 자신이 태어난 곳으로 돌아온다.

⑩ con rái cá 해달
꼰 자이 까

⑪ con báo biển 바다표범
꼰 바오 비엔

> **nơi sinh của báo biển**
> 바다표범의 출생지

⑫ cá mập 상어
까 멉

> **cá mập ăn thịt người**
> 식인 상어

⑬ cá ngừ 참치
까 응으

> **cá ngừ đóng hộp** 참치 통조림

⑭ con lươn 장어
꼰 르언

> **con lươn nhẵn bóng** 미끈미끈한 장어

⑮ con mực 오징어
꼰 믁

> **mực của con mực** 오징어 먹물

⑯ con hải mã 해마
꼰 하아 마

⑰ ốc biển 바다달팽이
옥 비엔

관련 어휘

› **조류** tảo 따오 › **해초** rong biển 종 비엔 › **해면** bọt biển 봇 비엔
› **플랑크톤** sinh vật trôi nổi 시인 벗 쪼이 노이 › **산호초** đá ngầm san hô 다 응엄 산 호
› **암초** đá ngầm 다 응엄 › **전복** bào ngư 바오 으어 › **엔젤 피시** cá thiên thần 까 티엔 턴
› **복어** cá nóc 까 녹 › **대구** cá tuyết 까 뚜이엣 › **도다리** cá bơn 까 번 › **물개** hải cẩu 하이 꺼우
› **갈매기** chim hải âu 찜 하이 어우 › **청어** cá trích 까 찌익 › **수달** rái cá 자이 까
› **바다코끼리** hải tượng 하이 뜨엉

174

물고기의 부위별 명칭

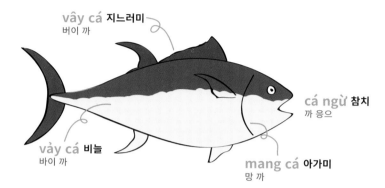

vây cá **지느러미**
버이 까

cá ngừ **참치**
까 응으

vảy cá **비늘**
바이 까

mang cá **아가미**
망 까

🧑 Du lịch biển thế nào?
주 리익 비엔 테 나오?

👩 Rất tuyệt. Đã thấy rùa biển bơi trên biển.
젓 뚜이엣. 다 터이 주아 비엔 버이 쩬 비엔.

🧑 Thật tuyệt vời.
텃 뚜이엣 버이.

👩 Đẹp lắm. Bạn cũng nên du lịch biển một lần xem.
댑 람. 반 꿍 넨 주 리익 비엔 못 런 쌤.

🧑 크루즈 여행 어땠어?
👩 대단했어. 바다를 헤엄치는 바다거북을 봤어.
🧑 정말 좋았겠네.
👩 정말 아름답더라. 너도 크루즈 여행을 꼭 한번 해 봐.

TalkTalk Tip

Đã thấy cá kiếm bơi trên biển.
바다를 헤엄치는 황새치를 보았어요.

Cá heo 돌고래
Cá đuối 가오리

loài bò sát

Có nuôi thú cưng chứ?
애완동물을 기르고 있나요?

Vâng, có nuôi hai
con kỳ đà.
네, 이구아나가 두 마리 있어요.

① con thằn lằn

② con tắc kè hoa

④ con kỳ đà

⑤ mai rùa

③ rùa đất

⑥ con rùa biển

⑦ cá sấu

⑧ cá sấu mõm ngắn

176

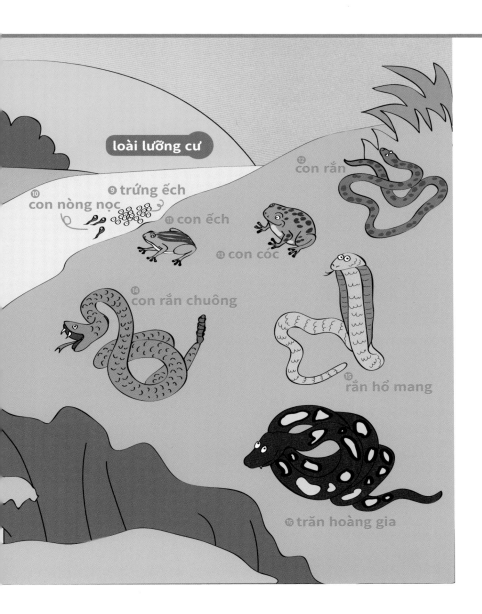

loài lưỡng cư

⑫ con rắn

⑨ trứng ếch

⑩ con nòng nọc

⑪ con ếch

⑬ con cóc

⑭ con rắn chuông

⑮ rắn hổ mang

⑯ trăn hoàng gia

loài bò sát 로아이 보 삿 **파충류**

❶ con thằn lằn 도마뱀
꼰 탄 란

- Một số con thằn lằn có thể cắt đứt đuôi của mình.
  몇몇 도마뱀은 자신들의 꼬리를 잘라낼 수 있다.

❷ con tắc kè hoa 카멜레온
꼰 딱 깨 호아

- Cô ấy nuôi thú cưng tắc kè hoa.
  그녀는 카멜레온을 애완동물로 키운다.

❸ rùa đất 육지 거북
주아 덧

- Rùa đất có vỏ cứng có thể bảo vệ thân mình.
  육지 거북은 자신의 몸을 보호할 수 있는 단단한 껍질을 가지고 있다.

❹ con kỳ đà 이구아나
꼰 끼 다

- Kỳ đà xanh có thể sống trên 20 năm.
  초록색 이구아나는 20년 이상 살 수 있다.

❺ mai rùa 등딱지
마이 주아

❼ cá sấu 크로커다일
까 서우

❻ con rùa biển 바다거북
꼰 주아 비엔

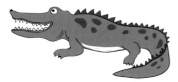

⑧ cá sấu mõm ngắn 앨리게이터
까 서우 몸 응안

• Cá sấu mõm ngắn sống trong môi trường có nước sạch.
앨리게이터는 맑은 물이 있는 환경에서 산다.

loài lưỡng cư 로아이 르엉 끄 **양서류**

⑨ trứng ếch 개구리 알
쯩 에익

⑩ con nòng nọc 올챙이
꼰 논 녹

⑪ con ếch 개구리
꼰 에익

⑫ con rắn 뱀
꼰 잔

 rắn độc 독사

⑬ con cóc 두꺼비
꼰 꼭

• Chỗ này là nơi con cóc vào.
여기는 두꺼비가 들어온 곳이다.

⑭ con rắn chuông 방울뱀
꼰 잔 쭈옹

• Con rắn chuông biết đến bằng tiếng leng keng.
방울뱀은 딸랑거리는 소리로 유명하다.

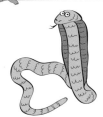

⑮ rắn hổ mang 코브라
잔 호 망

> rắn hổ mang chúa 킹코브라

⑯ trăn hoàng gia 비단구렁이
짠 호앙 쟈

• Trăn hoàng gia sống gần nơi nóng ẩm.
비단구렁이는 덥고 습한 적도 근처에 산다.

관련 어휘

- 냉혈 동물 động vật máu lạnh 동 벗 마우 라인
- 비늘로 뒤덮인 피부 da bao phủ bằng vảy 자 바오 푸 방 바이
- 촉촉한 피부 da mềm mại 자 멤 마이 ◦ 건조한 피부 da khô 자 코 ◦ 척추 xương sống 쓰엉 송

뱀 종류

- 살무사 rắn độc (vipe) 잔 독 ◦ 아나콘다 trăn Nam Mỹ 짠 남 미
- 보아뱀 trăn xiết mồi 짠 씨엣 모이 ◦ 코브라 rắn hổ mang 잔 호 망
- 불스네이크 rắn trâu 잔 쩌우 ◦ 산호뱀 rắn san hô 잔 산 호
- 독사 rắn độc 잔 독 ◦ (황갈색) 독사 rắn độc màu nâu vàng 잔 독 마우 너우 방

도마뱀 종류

- 목도리도마뱀 thằn lằn cổ diềm 탄 란 꼬 지엠
- 무족도마뱀 thằn lằn không chân 탄 란 콩 쩐

거북 종류

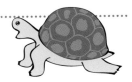

- 상자거북 rùa hộp 주아 홉 ◦ 사향거북 rùa xạ hương 주아 싸 흐엉
- 진흙거북 rùa bùn 주아 분 ◦ 자라 ba ba 바 바
- 북미산 식용거북 rùa cá sấu 주아 까 서우
- 붉은바다거북 rùa quản đồng 주아 꾸안 동

같은 듯 다른 특징을 가진 동물들

rùa đất
주아 덧
육지 거북

rùa biển
주아 비엔
바다거북

1. rùa đất(주아 덧)와 rùa biển(주아 비엔)는 모두 파충류이지만 rùa đất(주아 덧)는 육지에 살고 rùa biển(주아 비엔)는 물에 살거나 물 주변에 서식해요.

cá sấu mõm ngắn 앨리게이터
까 서우 몸 으안

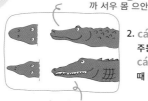

2. cá sấu mõm ngắn(까 서우 몸 으안)는 주둥이가 U자이고 입을 닫았을 때 이가 보이지 않는데 cá sấu(까 서우)는 주둥이가 V자이고 입을 닫았을 때 이가 들쭉날쭉 보여요.

cá sấu 크로커다일
까 서우

TALK! TALK!

🐤 Có nuôi thú cưng chứ?
꼬 누오이 투 끙 쯔?

🌰 Vâng , có nuôi hai con kỳ đà.
벙, 꼬 누오이 하이 꼰 끼 다.

🐤 Con kỳ đà ăn gì?
꼰 끼 다 안 지?

🌰 Là động vật ăn cỏ nên ăn hoa quả, hoa hay lá cây .
라 동 벗 안 꼬 넨 안 호아 꾸아, 호아 하이 라 꺼이.

TalkTalk Tip

Thú cưng đang nuôi là trăn hoàng gia.
애완동물로 비단구렁이를 키우고 있습니다.

Con vẹt 앵무새 꼰 벳

Con rùa 거북

🐤 애완동물을 기르고 있나요?

🌰 네, 이구아나가 두 마리 있어요.

🐤 이구아나는 뭘 먹어요?

🌰 초식동물이라 나뭇잎이나 꽃, 과일 같은 걸 먹어요.

Con chim đó là chim gì?
저건 무슨 새예요?

Là con hồng hạc.
플라밍고야.

① đà điểu

② con vẹt

④ gà trống

⑥ gà mái

③ bồ câu

⑤ gà con

⑦ cái tổ

⑧ trứng

⑪ cú vọ

⑩ hải âu

⑨ đại bàng

⑫ chim công

⑭ chim gõ kiến

⑬ chim hồng hạc

⑮ con vịt

⑯ thiên nga

❶ đà điểu 타조
다 디에우
- Đà điểu nặng và cao nhất trong các loài chim.
  타조는 모든 새들 중 가장 키가 크고 무겁다.

❷ con vẹt 앵무새
꼰 뱃
- Đa phần con vẹt sống ở vùng nhiệt đới.
  대부분의 앵무새는 열대 지방에 산다.

❸ bồ câu 비둘기
보 꺼우
- Bồ câu đang kêu cục cục và có nhịp điệu.
  비둘기가 구구 하고 리듬감 있게 울고 있다.

❹ gà trống 수탉
가 쫑
- Gà trống luôn gáy.
  수탉은 항상 울어댄다.

❺ gà con 병아리
가 꼰

❻ gà mái 암탉
가 마이

❼ cái tổ 둥지
까이 또

❽ trứng 알
쯩

chuồng gà 닭장

⑨ đại bàng 독수리
다이 방

🔖 **mắt sắc bén** 예리한 눈

lông 깃털
롱

mỏ 부리
모

đuôi 꼬리
두오이

cánh 날개
까인

móng chân 발톱
몽 쩐

⑩ hải âu 갈매기
하이 어우

🔖 **đàn hải âu đói**
배고픈 갈매기 떼

⑪ cú vọ 올빼미
꾸 보

•Thức ăn của cú vọ là loại gặm nhấm.
올빼미의 먹이는 작은 설치류이다.

⑫ chim công 공작
찜 꽁

🔖 **lông chim công** 공작의 깃털

⑬ chim hồng hạc
찜 홍 학
플라밍고

•Chim hồng hạc nổi tiếng
với hình dạng cổ chữ S và
lông màu hồng đậm.
플라밍고는 밝은 분홍색 깃털과
S자 모양의 목으로 유명하다.

⑭ chim gõ kiến 딱따구리
찜 고 끼엔

•Khu vực bảo hộ này là nơi cư trú
của chim gõ kiến.
이 보호 구역은 딱따구리의 서식지이다.

⑮ con vịt 오리
꼰 빗

•Đàn vịt đi lảo đảo qua đường.
오리 가족이 뒤뚱거리며 길을 건넜다.

⑯ thiên nga 백조
티엔 응아

thiên nga tao nhã 우아한 백조

관련 어휘

❧ **매** chim diều hâu 찜 지에우 허우 ❧ **두루미** con sếu 꼰 세우 ❧ **황새** con cò 꼰 꼬
❧ **참새** chim sẻ 찜 새 ❧ **펠리컨** con bồ nông 꼰 보 농 ❧ **벌새** chim ruồi 찜 주오이
❧ **펭귄** chim cánh cụt 찜 까인 꿋 ❧ **까마귀** con quạ 꼰 꾸아 ❧ **백로** con diệc trắng 꼰 지엑 짱
❧ **병아리** gà con 가 꼰 ❧ **찌르레기** chích chòe 찌익 쪼애 ❧ **도도새** chim dodo 찜 조조

새와 관련된 다양한 말

da gà 자 가 **소름**

vịt con xấu xí 빗 꼰 써우 씨 **미운오리새끼**

nhất cử lưỡng tiện 녓 끄 르엉 띠엔 **일석이조**

Con chim dậy sớm thì bắt được sâu. 일찍 일어나는 새가 벌레를 잡는다.
꼰 찜 저이 섬 티 밧 드억 서우.

TALK! TALK!

🐦 Hãy nhìn con chim kia.
하이 니인 꼰 찜 끼아.

🐦 저 새들 좀 봐.

🐦 Con chim đó là chim gì?
꼰 찜 도 라 찜 지?

🐦 무슨 새예요?

🐦 Là con hồng hạc.
라 꼰 홍 학.

🐦 플라밍고야.

🐦 색이 예쁘네요.

🐦 Màu sắc đẹp.
마우 삭 댑.

TalkTalk Tip

Đó là con hồng hạc.
저건 플라밍고야.

đại bàng 독수리

chim công 공작

chim gõ kiến 딱따구리

Màu sắc đẹp thật.
색이 예쁘네요.

Móng chân cứng và nhọn. 발톱이 강하고 날카롭네요.

Cái đuôi đẹp thật. 꼬리가 아름답네요.

Tiếng đục cây to thật. 나무 쪼는 소리가 크네요.

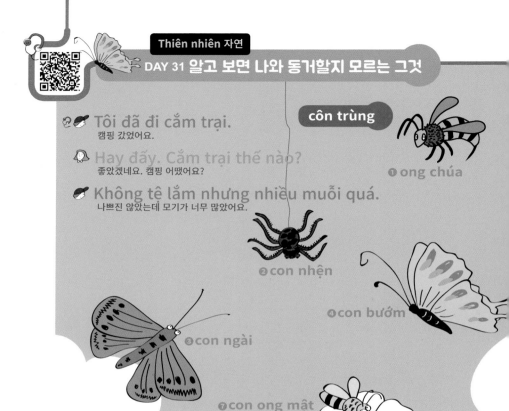

Tôi đã đi cắm trại.
캠핑 갔었어요.

Hay đấy. Cắm trại thế nào?
좋았겠네요. 캠핑 어땠어요?

Không tệ lắm nhưng nhiều muỗi quá.
나쁘진 않았는데 모기가 너무 많았어요.

côn trùng

❶ ong chúa

❷ con nhện

❹ con bướm

❸ con ngài

❼ con ong mật

❺ con muỗi

❽ con bọ rùa

❻ con châu chấu

côn trùng 꼰쭝 곤충

❷ con nhện 거미
꼰 넨

nhện nhiều lông 털이 많은 거미

❶ ong chúa 말벌
옹 쭈아

tổ ong chúa 말벌 둥지

❸ con ngài 나방
꼰 응아니

❹ con bướm 나비
꼰 브엄

• Con bướm nếm mùi bằng chân.
나비는 발로 맛을 본다.

❺ con muỗi 모기
꼰 무오이

loài muỗi
모기의 종류

❻ con châu chấu 메뚜기
꼰 쩌우 쩌우

• Con châu chấu là côn trùng hầu như chúng ta gặp hàng ngày.
메뚜기는 우리가 거의 매일 마주칠 수 있는 곤충 중의 하나이다.

❽ con bọ rùa 무당벌레
꼰 보 주아

• Con bọ rùa cũng gọi là loài sâu bọ cánh cứng rất có ích.
딱정벌레라고도 불리는 무당벌레는 매우 유익한 무리이다.

❼ con ong mật 꿀벌
꼰 옹 멋

ngòi ong 벌침

⑨ chuồn chuồn 잠자리
쭈온 쭈온

• Con chuồn chuồn có thể ăn vài trăm con muỗi một ngày.
잠자리는 하루에 수백 마리의 모기를 먹을 수 있다.

⑩ con ruồi 파리
꼰 주오이

• Một con ruồi đậu trên quả đào.
파리 한 마리가 복숭아 위에 앉았다.

⑪ con dế 귀뚜라미
꼰 제

• Nếu trời tối thì có thể nghe tiếng dế kêu.
밤이면 귀뚜라미 우는 소리를 들을 수 있다.

cây 꺼이 **나무**

⑫ nhánh cây nhỏ 작은 가지
냐인 꺼이 뇨

> tiếng gãy nhánh cây nhỏ
> 작은 가지가 부러지는 소리

⑬ lá cây 나뭇잎
라 꺼이

> tiếng sột soạt của lá cây 나뭇잎이 스치는 소리

⑭ nhánh lá 나뭇가지
냐인 라

> nhánh cây vươn thẳng ra 쑥 뻗어 나온 가지

⑮ thân cây 나무 몸통
턴 꺼이

> thân cây cong vẹo và gập ghềnh
> 울퉁불퉁하고 비틀어진 나무 몸통

⑯ vỏ cây 나무껍질
보 꺼이

> vỏ cây sần sùi 거친 나무껍질

⑰ cây 나무
꺼이

⑱ rễ 뿌리
제

> rễ sâu/rễ cạn 깊은/얕은 뿌리

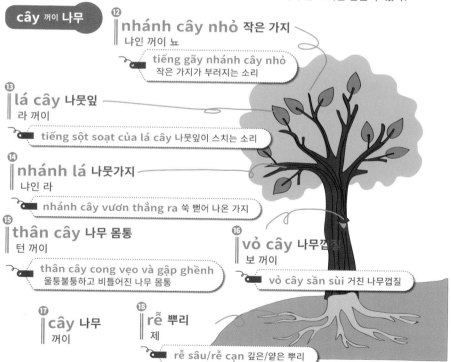

hoa 호아 **꽃**

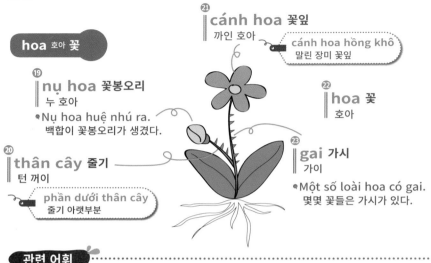

㉑ cánh hoa 꽃잎
까인 호아

> **cánh hoa hồng khô**
> 말린 장미 꽃잎

⑲ nụ hoa 꽃봉오리
누 호아
- Nụ hoa huệ nhú ra.
  백합이 꽃봉오리가 생겼다.

㉒ hoa 꽃
호아

⑳ thân cây 줄기
턴 꺼이

> **phần dưới thân cây**
> 줄기 아랫부분

㉓ gai 가시
가이
- Một số loài hoa có gai.
  몇몇 꽃들은 가시가 있다.

관련 어휘

- **꿀벌집** tổ ong 또 옹 **거미줄** tơ nhện 떠 니엔 **벼룩** bọ chét 보 쨋
- **바퀴벌레** con gián 꼰 잔 **사마귀** con bọ ngựa 꼰 보 응아

꽃 이름

- **아네모네** cỏ chân ngỗng 꼬 쩐 응옹 **과꽃** cây cúc tây 꺼이 꾹 떠이
- **진달래, 철쭉** hoa đỗ quyên 호아 도 꾸이엔 **금잔화** cúc vạn thọ 꾹 반 토
- **카네이션** hoa cẩm chướng 호아 껌 쯔엉 **데이지** bạch cúc 바익 꾹 **물망초** cỏ lưu ly 꼬 르우 리
- **접시꽃** hoa thục quỳ 호아 툭 꾸이 **수국** hoa thủy cúc 호아 투이 꾹
- **붓꽃** hoa diên vĩ 호아 지엔 비 **재스민** hoa lài 호아 라이 **장미** hoa hồng 호아 홍
- **월계수** cây nguyệt quế 꺼이 응우이엣 꾸에 **라벤더** hoa oải hương 호아 오아이 흐엉
- **라일락** hoa đinh hương 호아 딘 흐엉 **백합** hoa huệ 호아 후에
- **목련** hoa mộc lan 호아 목 란 **나팔꽃** hoa loa kèn 호아 로아 깬
- **수선화** hoa thủy tiên 호아 투이 띠엔 **난초** hoa lan 호아 란
- **팬지** hoa păng xê 호아 방 쎄 **양귀비** cây anh túc 꺼이 아인 뚝
- **해바라기** hoa hướng dương 호아 흐엉 즈엉 **제비꽃** hoa tím 호아 띰
- **등나무** cây đậu tía 꺼이 더우 띠아

곤충의 특징과 나비의 수명 주기

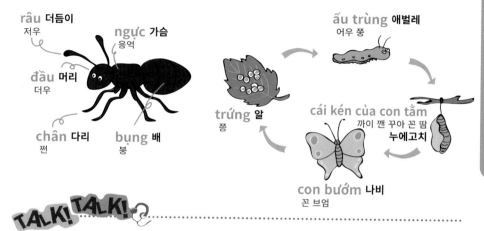

rậu 더듬이
저우

ngực 가슴
응윽

đầu 머리
더우

chân 다리
쩐

bụng 배
붕

ấu trùng 애벌레
어우 쭝

trứng 알
쯩

cái kén của con tằm 누에고치
까이 깬 꾸아 꼰 땀

con bướm 나비
꼰 브엄

TALK! TALK!

Tuần trước bạn đã làm gì?
뚜언 쯔억 반 다 람 지?

Tôi đã đi cắm trại.
또이 다 디 깜 짜이

Hay đấy. Cắm trại thế nào?
하이 더이. 깜 짜이 테 나오?

Không tệ lắm nhưng nhiều muỗi quá.
콩 떼 람 능 니에우 무오이 꾸아.

🐦 지난주에 뭐 했어요?

🐛 캠핑 갔었어요.

🐦 좋았겠네요. 캠핑 어땠어요?

🐛 나쁘진 않았는데 모기가 너무 많았어요.

TalkTalk Tip

Không tệ lắm nhưng nhiều nhện quá.
나쁘진 않았지만 거미가 너무 많았어요.

Con kiến 개미

Con ngài 나방

Có chuyện gì thế?
무슨 일이야?

Tôi nghĩ cổ chân bị bong gân.
발목을 삔 것 같아.

㉓ dây tay cầm

㉔ khóa dán bảng tròn

⑳ ngón giữa ⑲ ngón trỏ

㉑ ngón đeo nhẫn

㉒ ngón tay út ⑱ ngón cái

① đầu

② trán

③ mắt

④ xương gò má

⑤ tai

⑥ dái tai

⑦ gò má

⑧ sợi tóc

⑰ lông mày

⑯ lông mi

⑮ mũi

⑭ khuôn mặt

⑬ răng

⑫ lưỡi

⑪ môi

⑩ miệng

⑨ cằm

㉕ lưng

㉖ cổ chân

㉗ dép

194

㉚ ngón tay
㉛ tay
㉜ lòng bàn tay
㉝ cổ tay
㊶ vai
㊷ cổ
㊸ cánh tay
㊹ khuỷu tay
㊺ ngón
㉟ chân
㊱ đùi
㊲ đầu gối
㊳ eo
㊴ chân
㊵ ngón chân

❶ đầu 머리
더우

> vuốt đầu 머리를 쓰다듬다
> nặng đầu 머리가 무겁다

❷ trán 이마
짠

> xoa trán 이마를 문지르다

❸ mắt 눈
맛
• Tôi nghĩ có gì trong mắt.
눈에 뭐가 들어간 것 같다.

❹ xương gò má
쓰엉 고 마
광대뼈

> giống mảnh xương gò má
> 조각 같은 광대뼈

❺ tai 귀
따이

❻ dái tai 귓불
자이 따이

❼ gò má 뺨
고 마

❽ sợi tóc 머리카락
서이 똑
• Tôi chải đầu mỗi sáng.
나는 매일 아침 머리를 빗는다.

> chải tóc 머리를 빗다

⑰ lông mày 눈썹
롱 마이

⑯ lông mi 속눈썹
롱 미
• Cô ấy lông mi dài.
그녀는 속눈썹이 길다.

⑮ mũi 코
무이
• Cô ấy hỉ mũi cả ngày.
그녀는 하루 종일 코를 풀었다.

⑭ khuôn mặt 얼굴
쿠온 맛
• Anh ấy nhăn mặt.
그는 얼굴을 찌푸렸다.

⑨ cằm 턱
깜

⑩ miệng 입
미엥
• Xin đừng nói trong khi miệng đầy thức ăn.
입에 음식이 가득한 채로 말하지 마세요.

⑪ môi 입술
모이

> môi trên 윗입술
> môi dưới 아랫입술

⑫ lưỡi 혀
르어이

⑬ răng 이
장
• Đau răng vì răng sâu.
충치가 있어서 이가 아프다.

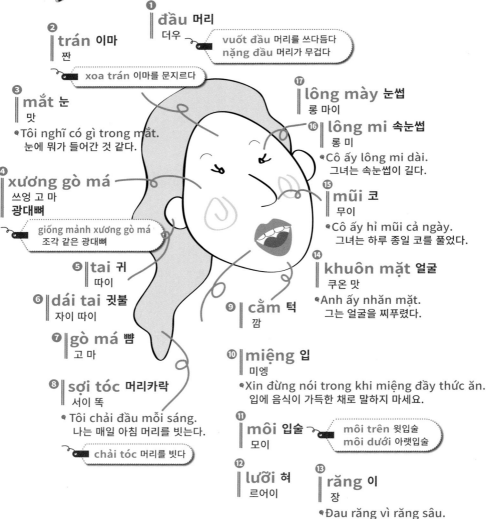

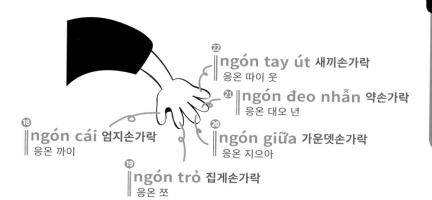

㉒ ngón tay út 새끼손가락
응온 따이 웃

㉑ ngón đeo nhẫn 약손가락
응온 대오 년

⑱ ngón cái 엄지손가락
응온 까이

⑳ ngón giữa 가운뎃손가락
응온 지으아

⑲ ngón trỏ 집게손가락
응온 쪼

㉓ dây tay cầm 손잡이 끈
저이 따이 껌

㉔ khóa dán bảng tròn
코아 잔 방 쫀
벨크로 원판

㉕ lưng 등
릉

• Anh ấy đã đấm lưng học sinh.
그는 학생의 등을 두드렸다.

▸ dựa lưng 등을 맞대고

㉙ chân 발
쩐

• Cô ấy bị thương ở chân.
그녀는 발에 부상을 입었다.

㉖ cổ chân 발목
꼬 쩐

• Sau khi tập luyện cổ chân
anh ấy nóng bừng.
훈련 후에 그의 발목은 화끈거렸다.

㉗ dép 슬리퍼
잽

㉘ ngón chân 발가락
응온 쩐

• Ngón chân tôi dài.
나는 발가락이 길다.

30 ngón tay 손가락
응온 따이

> **bị đứt tay**
> 손가락을 베이다

42 cổ 목
꼬
• Cổ bị đơ.
목이 뻐근하다.

41 vai 어깨
바이

40 cánh tay 팔
까인 따이
• Cánh tay con khỉ dài.
원숭이는 팔이 길다.

31 tay 손
따이

32 lòng bàn tay
롱 반 따이
손바닥

> **xem bói tay** 손금을 보다

39 khuỷu tay 팔꿈치
쿠이우 따이
• Quả bóng chày đập
vào khuỷu tay tôi.
야구공이 내 팔꿈치를 쳤다.

33 cổ tay 손목
꼬 따이

34 ngực 가슴
응윽
• Có đau ngực không?
가슴 통증이 있습니까?

38 eo 허리
애오

35 chân 다리
쩐

36 đùi 허벅지
두이

37 đầu gối 무릎
더우 고이
• Đứa bé ngồi trên đầu gối của bố.
아이는 아빠의 무릎에 앉았다.

관련 어휘

• **근육** cơ bắp 꺼 밥 • **혈관** huyết quản 후이옛 꾸안 • **피부** da 자 • **살** thịt 팃 • **뇌** não 나오
• **심장** tim 띰 • **폐** phổi 포이 • **간** gan 간 • **신장** thận 턴 • **위** dạ dày 자 자이 • **창자** ruột 주옷

신체와 관련된 표현

* **Rất muốn làm** 몹시 갖고 싶어 하다
  럿 무온 람
  * **Tôi rất muốn túi xách tay Gucci đó.**
    저 구찌 핸드백이 너무너무 갖고 싶다.

* **Bị đuổi việc, bị sa thải** 잘리다, 해고당하다
  비 두오이 비엑, 비 사 타이
  * **Làm như thế chắc chắn bị đuổi việc.**
    그렇게 일하다가는 분명 해고당할 거야.

* **Dù mạnh cũng không thể thắng nổi** 너무 강해 도저히 당해낼 수 없다
  주 마인 꿍 콩 테 탕 노이.
  * **Không được rồi. Không có cách nào có thể thắng nổi người đó.**
    안 되겠다. 저 사람은 도저히 당해낼 재간이 없어.

🗣 Ui ui!
우이 우이!

💬 Có chuyện gì thế?
꼬 쭈이엔 지 테?

🗣 Tôi nghĩ cổ chân bị bong gân.
또이 응이 꼬 쩐 비 봉 건.

💬 Chết thật! Cần phải đổi giày thôi. Được chứ?
쩻 텃! 껀 파이 도이 지아이 토이. 드억 쯔?

🗣 Không, tôi nghĩ cần phải đi bệnh viện.
콩, 또이 응이 껀 파이 디 베인 비엔.

💬 Được rồi, tôi sẽ đi cùng.
드억 조이, 또이 새 디 꿍.

🗣 아얏!
💬 무슨 일이야?
🗣 발목을 삔 것 같아.
💬 저런, 신발을 갈아 신어야겠네. 괜찮겠어?
🗣 아니, 병원에 가 봐야 할 거 같아.
💬 그래, 내가 같이 갈게.

> **TalkTalk Tip**
> **Tôi nghĩ cổ chân bị bong gân.**
> 발목을 삔 것 같아.
>
> **cổ tay** 손목 **bàn chân** 발 **đầu gối** 무릎

Vì này là ai?
이 분은 누구세요?

Đây là bố của tôi. Bố tôi là kí giả.
제 아버지십니다. 아버지는 기자세요.

❶ bố mẹ
❷ bố • ba
❸ mẹ • má

anh chị em

❺ chị em gái
❻ con gái
❼ cháu gái
❽ tôi
❾ anh em
❿ con trai
⓫ cháu tra

⑫ chú · bác
⑬ thím · bác
⑭ cháu gái
⑮ cháu trai
⑳ ông bà nội
㉑ ông
• cụ
㉕ bà
㉒ chồng
㉔ vợ
⑯ anh chị em họ
⑰ con cái
⑱ cháu ngoại trai
⑲ cháu

① **bố mẹ** 부모 • Bố mẹ tôi đang đi du lịch thế giới.
보 매 나의 부모님은 세계여행 중입니다.

② **bố** 아버지
보

ba 아빠
바

• Anh ấy giống bố anh ấy.
그는 그의 아버지를 닮았다.

③ **mẹ** 어머니
매

má 엄마
마

mẹ góa 홀어머니

④ **anh chị em** 형제자매
아인 찌 앰

• Quan hệ giữa anh chị em tốt không?
형제자매 사이는 좋은 편인가요?

⑧ **tôi** 나
또이

⑨ **anh em trai** 남자 형제
아인 앰 짜이

• Ưu điểm của anh em trai là gì nào?
남자 형제의 메리트는 뭔가요?

anh em ruột 피를 나눈 형제

⑤ **chị em gái** 여자 형제
찌 앰 가이

• Có chị em gái không?
여자 형제가 있습니까?

chị cả 큰언니

⑥ **con gái** 딸
꼰 가이

• Con gái tôi hát hay.
내 딸은 노래를 잘합니다.

⑦ **cháu gái** 손녀
짜우 가이

• Bà ấy đang ôm cháu gái của bà.
그는 그의 손녀를 안았다.

⑩ **con trai** 아들
꼰 짜이

• Con trai cô ấy thích bóng đá.
그녀의 아들은 축구를 좋아한다.

⑪ **cháu trai** 손자
짜우 짜이

• Cháu trai đáng yêu hơn con trai.
손자는 아들보다 귀엽습니다.

⑬
thím 숙모 **bác** 큰어머니
팀 박
●Dì của tôi vừa mới kết hôn.
나의 이모가 얼마 전에 결혼했다.

🏷 dì chưa kết hôn 결혼 안 한 이모

🏷 tên gọi chung của dì, thím, bác là 큰어머니,
작은어머니, 외숙모, 고모, 이모의 총칭

⑫
chú 삼촌 **bác** 큰아버지
쭈 박
●Chú John đang thăm nhà chúng tôi.
존 삼촌이 우리 가족을 방문 중이다.

🏷 tên gọi chung của dượng, cậu, chú ,bác
는 삼촌, 백부, 숙부, 외숙부, 고모부, 이모부의 총칭

⑭
cháu gái 여자 조카
짜우 가이

●Cháu gái của tôi là tiếp viên
hàng không.
제 여자 조카는 승무원입니다.

⑮
cháu trai 남자 조카
짜우 짜이

●Tôi có ba cháu trai.
저는 세 명의 남자 조카가 있습니다.

⑯
anh chị em họ 사촌
아인 찌 앰 호
●Bạn có nhiều anh chị em họ không?
당신은 사촌이 많습니까?

⑰
con cái 자녀
꼰 까이
●Bạn có con không?
자녀가 있나요?

⑱
cháu ngoại trai 외손주
짜우 응오아이 짜이

⑲
cháu 손주
짜우

●Ông ấy có nhiều cháu.
그는 손주가 많다.

⑳ ông bà nội 조부모
옹 바 노이

● Ông bà nội tôi đang sống ở vùng ngoại ô.
나의 조부모님은 교외에 살고 계십니다.

㉑ ông 할아버지 ‖ cụ 할아버지
옹　　　　　　꾸

● Ông tôi rất thích câu cá.
나의 할아버지는 낚시를 매우 좋아하십니다.

㉒ chồng 남편
쫑

● Chồng cô ấy thích đi câu cá.
그녀의 남편은 낚시하러 가는 것을 좋아한다.

㉔ vợ 아내
버

● Vợ tôi và tôi thích du lịch.
제 아내와 저는 여행하는 것을 좋아합니다.

㉓ bà 할머니
바

● Vị đó là bà của tôi.
저 분이 제 할머니십니다.

관련 어휘

❧ **아기** trẻ nhỏ 째 뇨 ❧ **부부** vợ chồng 버 쫑 ❧ **배우자** người bạn đời 응으어이 반 더이
❧ **친척** bà con 바 꼰 ❧ **양아버지** bố nuôi 보 누오이 ❧ **양어머니** mẹ nuôi 매 누오이
❧ **양아들** con trai nuôi 꼰 짜이 누오이 ❧ **양딸** con gái nuôi 꼰 가이 누오이

Quan hệ thông gia (꾸안 헤 통 자) **사돈을 일컫는 말**

bố vợ 보 버 **장인**
bố chồng 보 쫑 **시아버지**

mẹ vợ 매 버 **장모**
mẹ chồng 매 쫑 **시어머니**

con rể 꼰 제
사위

con dâu 꼰 저우
며느리

anh em trai của người bạn đời
아인 앰 짜이 꾸아 응으어이 반 더이
배우자의 남자 형제

chị em gái của người bạn đời
찌 앰 가이 꾸아 응으어이 반 더이
배우자의 여자 형제

🗣 **Vị này là ai?**
비 나이 라 아이?

🗣 이 분은 누구세요?

👦 **Đây là bố của tôi. Bố tôi là kí giả.**
더이 라 보 꾸아 또이. 보 또이 라 끼 지아.

👦 제 아버지십니다. 아버지는 기자세요.

🗣 **Những người đó là ai?**
능 응으어이 도 라 아이?

🗣 그 사람들은 누구예요?

👦 사촌들이에요. 사촌들은 LA에 살고 있어요.

👦 **Đây là các chú. Các chú đang sống ở LA.**
더이 라 깍 쭈. 깍 쭈 당 송 어 LA.

> **TalkTalk** Tip
>
> **Vị này là ai?**
> 이 분은 누구예요?
>
> anh ấy 그 cô ấy 그녀 bọn họ 그들

Ai là Nam?
누가 남이예요?

Nam thấp và tóc xoắn màu đỏ.
남은 키가 작고 빨강 곱슬머리예요.

⑰tóc ngắn

㉑tóc nâu

⑲đầu hói

㉒râu cằm

③chiều cao trung bình

❷trung niên

㉔ria mép

❹cao tuổi

⑩gầy guộc

bus

❽trọng lượng trung bình

chiều cao và tuổi

❶cao

chiều cao và tuổi 찌에우 까오 바 뚜오이 키와 나이

❶ cao 키가 크다
까오
- Những vận động viên bóng chuyền đa số cao.
  농구 선수는 대부분 키가 크다.

  khá cao 굉장히 크다

❷ trung niên 중년
쭝 니엔
- Ông ấy là người đàn ông trung niên gầy và cao.
  그는 키가 크고 마른 중년의 남자입니다.

❸ chiều cao trung bình 평균 키
찌에우 까오 쭝 비인
- Chiều cao tôi trung bình.
  나는 평균 키입니다.

❹ cao tuổi 고령
까오 뚜오이

❺ bé 작다
배
- Napoleon bé thật không?
  나폴레옹은 정말 작았을까?

  khá bé 꽤 작다

❻ trẻ 젊다
째

vóc dáng 복장 체격

❼ béo 뚱뚱하다
배오
- Con chó nhà tôi béo quá.
  우리 집 개는 매우 뚱뚱하다.

❽ trọng lượng trung bình 평균 몸무게
쫑 르엉 쭝 비인
- Trọng lượng trung bình của tuổi tôi khoảng bao nhiêu?
  내 나이의 평균 몸무게는 얼마 정도예요?

⑨ thon thả 날씬하다
톤 타
• Người mẫu kia quá thon thả.
저 모델은 너무 날씬하다.

🏷 **gầy khủng khiếp** 끔찍할 정도로 마른

⑩ gầy guộc 깡마르다
거이 구옥

⑪ có mang 임신하다
꼬 망

🏷 **có mang 3 tháng** 임신 3개월

kiểu tóc 끼에우 똑 **헤어스타일**

⑫ tóc dài 머리가 길다
똑 자이
• Váy đó thích hợp với kiểu
tóc dài của cô ấy.
그 드레스는 그녀의 긴 머리와 잘 어울린다.

⑬ tóc suôn 생머리
똑 수온

⑭ tóc đen 검은 머리
똑 댄
• Tóc cô ấy đen.
그는 머리색이 검다.

⑮ tóc xoắn 곱슬머리
똑 쏘안

⑯ tóc đỏ 빨강 머리
똑 도
• Bạn có biết người đàn ông tóc
đỏ không?
당신은 저 빨강 머리 남자를 아십니까?

⑰ tóc ngắn 머리가 짧다
똑 응안
• Xin cắt cho tóc ngắn.
머리를 짧게 잘라 주세요.

⑱ đầu tóc uốn 파마머리
더우 똑 우온
• Đầu tóc uốn của cô ấy rất đẹp.
그녀의 파마머리는 매우 아름답다.

⑲ dài ngang vai 어깨 길이
자이 응앙 바이

⑳ tóc vàng 금발 머리
똑 방

• Tôi thích tóc vàng dài của cô ấy.
나는 그녀의 긴 금발 머리를 좋아합니다.

㉑ tóc nâu 갈색 머리
똑 너우

㉒ râu cằm 턱수염
저우 깜

• Ông ấy quyết tâm để râu cằm.
그는 턱수염을 기르기로 결심했다.

㉓ đầu hói 대머리
더우 호이
• Đầu ông ấy bị hói.
그는 대머리가 되어 간다.

㉔ ria mép 콧수염
지아 맵
• Người đàn ông có ria mép là chú của tôi.
콧수염 난 남자가 내 삼촌입니다.

관련 어휘

◦ **회색 눈** mắt xám 맛 쌈 ◦ **초록색 눈** mắt xanh lục 맛 싸인 룩
◦ **파란색 눈** mắt xanh dương 맛 싸인 즈엉 ◦ **갈색 눈** mắt nâu 맛 너우
◦ **짙은 색의 눈** mắt màu đậm 맛 마우 덤 ◦ **연한 갈색 피부** mắt màu nâu nhạt 맛 마우 너우 낫
◦ **거무스름한 피부** da ngăm đen 자 응암 댄 ◦ **흰 피부** da trắng 자 짱
◦ **햇볕에 탄 피부** da rám nắng 자 잠 낭 ◦ **창백한 피부** da xanh xao 자 싸인 싸오
◦ **주름** nếp nhăn 넵 난 ◦ **상처** vết thương 벳 트엉 ◦ **점** đốm 돔
◦ **표준 체중 이하** dưới thể trọng chuẩn 즈어이 테 쫑 쭈언 ◦ **토실토실한** mũm mĩm 뭄 밈
◦ **예쁘장한** xinh xắn 씨인 싼 ◦ **통통한** bụ bẫm 부 범 ◦ **근육질의** cơ bắp 꺼 밥

사람을 묘사할 때 옷차림이나 행동으로 표현해요

* **Mang kính** 망 끼인 **안경을 쓰고 있다**
* **Thắt cà vạt** 탓 까 밧 **넥타이를 매고 있다**
* **Mặc áo khoác** 막 아오 코악 **코트를 입고 있다**
* **Mang cặp tài liệu** 망 깝 따이 리에우 **서류가방을 들고 있다**

* **Mặc váy** 막 바이 **드레스를 입고 있다**
* **Đeo túi xách** 대오 뚜이 싸익 **핸드백을 가지고 있다**
* **Mang giày** 망 쟈이 **구두를 신고 있다**
* **Xem điện thoại di động** 쌤 디엔 토아이 지 동 **핸드폰을 보고 있다**

* **Mang tai nghe** 망 따이 응애 **헤드폰을 끼고 있다**
* **Mang ba lô** 망 바 로 **백팩을 메고 있다**
* **Nghe nhạc** 응애 낙 **음악을 듣고 있다**
* **Đang nhắm mắt** 당 남 맛 **눈을 감고 있다**

🗣 **Ai là Nam?**
아이 라 남?

😊 **Nam thấp và tóc xoắn màu đỏ.**
남 텁 바 똑 쏘안 마우 도.

🗣 **À, ông ấy đang nghe nhạc. Đúng thế chứ?**
아, 옹 어이 당 응애 낙. 둥 테 쯔?

😊 **Vâng, người đó là Nam.**
벙, 응으어이 도 라 남.

🗨 누가 남이예요?
🗨 남은 키가 작고 빨강 곱슬머리예요.

🗨 아하, 그는 음악을 듣고 있죠, 그렇지 않나요?
🗨 네, 그 사람이 남이예요.

TalkTalk Tip

Ông ấy thấp. 그는 키가 작아요.
Trẻ 젊어요.
Là người trung niên. 중년이에요.

Ông ấy tóc xoắn đỏ. 그는 빨강 곱슬머리예요.
Mắt xanh lục. 초록색 눈이에요.
Có ria mép. 콧수염이 있어요.

Hôm nay trông có vẻ vui.
Có chuyện gì thế?
오늘 즐거워 보이네요. 무슨 일 있어요?

Tôi sẽ đi nghỉ ở Pháp.
프랑스로 휴가를 갈 예정이에요.

❶ vui vẻ
• thú vị

❷ giận dữ
• tức giận

❸ buồn

❽ bụng đói
• đói cồn cào
• đói bụng

❹ chán

❺ no bụng

❻ đũa

❼ tấm trải

❾ giật mình

212

❶ vui vẻ 기쁘다
부이 배

thú vị 즐겁다
투 비

❷ giận dữ 화
전 즈

tức giận 화나다
뜩 전

• Ông ấy tức giận bạn.
그녀는 당신에게 화가 나 있습니다.

❸ buồn 슬프다
부온

• Đứa bé có đồ chơi bị hỏng
trông buồn.
고장 난 장난감을 갖고 있는 아이가
슬퍼 보였다.

❹ chán 지루하다
짠

chán đến chết
지루해 죽을 지경인

❺ no bụng 배부르다
노 붕

• Không, tôi no bụng.
아니요, 배불러요.

❻ đũa 젓가락
두아

❼ tấm trải 돗자리
떰 짜이

214

⑧ bụng đói 공복
붕 도이

đói cồn cào 굶주리다
도이 꼰 까오

đói bụng 배고프다
또이 붕

con mèo bụng đói đáng thương
불쌍한 굶주린 고양이

⑨ giật mình 놀라다
지엇 미인

• Tôi giật mình vì tin đó.
나는 그 소식에 놀랐다.

⑩ buồn ngủ 졸리다
부온 응우

• Vì tối hôm qua tôi thức khuya nên bây giờ buồn ngủ.
어젯밤 늦게까지 깨어 있었기 때문에 지금 졸린다.

⑪ vòng cổ chó 개 목걸이
봉 꼬 쪼

⑫ dây xích chó 개 줄
저이 씨익 쪼

⑬ vết thương 상처
벳 트엉

⑭ bệnh 병 **ốm** 아프다
베인   옴

• Vì cô ấy ốm nên không thể đi làm.
그녀는 아파서 직장에 갈 수 없었다.

không được khỏe 몸이 안 좋다

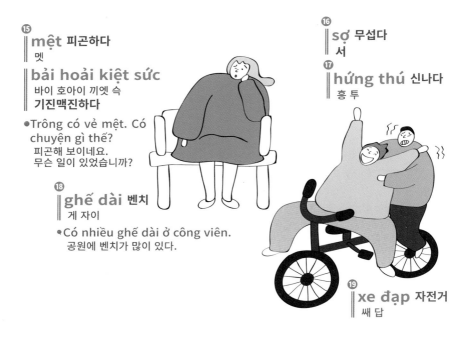

⑮ **mệt** 피곤하다
멧

bải hoải kiệt sức
바이 호아이 끼엣 슥
기진맥진하다

●Trông có vẻ mệt. Có chuyện gì thế?
피곤해 보이네요.
무슨 일이 있었습니까?

⑯ **sợ** 무섭다
서

⑰ **hứng thú** 신나다
흥 투

⑱ **ghế dài** 벤치
게 자이

●Có nhiều ghế dài ở công viên.
공원에 벤치가 많이 있다.

⑲ **xe đạp** 자전거
쌔 답

관련 어휘

❧ **비참하다** bi thảm 비 탐 ❧ **실망하다** thất vọng 텃 봉 ❧ **짜증이 나다** phát bực 팟 북

❧ **화가 나다** nổi giận 노이 쩐 ❧ **역겹다** buồn nôn 부온 논

❧ **좌절감을 느끼다** cảm thấy nản lòng 깜 터이 난 롱 ❧ **충격을 받다** bị choáng 비 쪼앙

❧ **외롭다** cô đơn 꼬 던 ❧ **자랑스러워하다** rất đỗi tự hào 젓 도이 뜨 하오

❧ **당황스럽다** bối rối 보이 조이 ❧ **질투하다** đố kị 도 끼 ❧ **혼란해지다** hỗn loạn 혼 로안

❧ **장난기 많다** hài hước nhiều 하이 흐억 니에우 ❧ **재미있어 하다** thú vị 투 비

❧ **당혹하다** bàng hoàng 방 호앙 ❧ **부끄럽다** xấu hổ 써우 호 ❧ **감상적이다** đa cảm 다 깜

❧ **사려 깊다** suy ngẫm sâu sắc 수이 응엄 서우 삭

감정을 나타내는 표현

기쁠 때

Sung sướng quá đỗi 너무나도 황홀하다
숭 스엉 꾸아 도이

Vui quá 매우 기쁘다
부이 꾸아

Hạnh phúc quá 너무 행복하다
하인 푹 꾸아

Vui quá nhảy cẳng lên 기뻐 날뛰다
부이 꾸아 나이 껑 렌

화날 때

Rất nóng giận 몹시 화를 내다
젓 농 전

Tức quá nhảy dựng lên 길길이 뛰다
뜩 꾸아 나이 증 렌

Sầm mặt 우울해지다
섬 맛

Phát bực 짜증이 나다
팟 븍

슬플 때

Trầm uất 쩜 우엇 우울하다
Tâm trạng u sầu 떰 짱 우 서우 기분이 울적하다
Mất trí 멋 찌 이성을 잃다
Quá thất vọng 꾸아 텃 봉 몹시 실망하다

🗣️ **Hôm nay trông có vẻ vui. Có chuyện gì thế?**
홈 나이 쫑 꼬 배 부이. 꼬 쭈이엔 지 테?

😊 **Tôi sẽ đi nghỉ ở Pháp.**
또이 새 디 응이 어 팝.

🗣️ **Thật tuyệt vời.**
텃 뚜이엣 버이.

😄 **Vâng, tôi kì vọng đi viện bảo tàng Louvre.**
벙, 또이 끼 봉 디 비엔 바오 땅 루브르.

> **TalkTalk** Tip
>
> **Trông có vẻ mệt.**
> 피곤해 보이네요.
>
> **Buồn** 슬퍼
> **Buồn ngủ** 졸려

🗣️ 오늘 즐거워 보이네요. 무슨 일 있어요?
😊 프랑스로 휴가를 갈 예정이에요.
🗣️ 정말 좋겠네요.
😄 네, 루브르 박물관을 가는데, 정말 기대돼요.

INDEX

222